OBUBAKA
BW'OMUSALABA

OBUBAKA BW'OMUSALABA

Dr. Jaerock Lee

URIM
BOOKS

OBUBAKA BW'OMUSALABA ekya Dr. Jaerock Lee
Kyafulumizibwa aba Urim Books (Abakulirwa: Seongkeon Vin)
#361-66, Shindaebang-Dong, Dongjak-Gu, Seoul, Korea
www.urimbooks.com

Obuyinza bwonna tubwesigaliza. Ekitabo kino oba ebitundu byakyo tebirina kufulumizibwa nate mu ngeri yonna, oba okuterekebwa mu ngeri yonna, oba okufulumizibwa mu kika kyonna ng'okwokyesaamu, oba okunaazaamu kkoppi, awatali lukusa okuva eri abaakifulumya.

Okujjako nga kiragiddwa, eby'awandiikibwa byonna bisimbuddwa mu Kitabo Ekitukuvu

Obwannannyini © 2013 bwa Dr. Jaerock Lee
ISBN: 978-89-7557-715-4
Obwannannyini ku kuvunnula © 2010 bwa Dr. Esther K. Chung. Ng'akkiriziddwa.

Kyasooka kufuluma mu mwezi gw'okuna omwaka gwa 2013

Kyasunsulibwa Dr. Geumsun Vin
Kyalungiyizibwa Ekitongole ekisunsuzi ekya Urim Books
Ayagala okumanya ebisingawo: yita mu mukutu gwa urimbook@hotmail.com

EBY'OMUWANDIISI

Mbagaliza mwe okutegeera omutima gwa Katonda, n'epulaani ye ey'amaanyi mu kwagala era musobole okuteekateeka omusingi omugumu eri okukkiriza kwammwe....

Obubaka bw'Omusalaba kitabo ekikulembeddemu abakrisitaayo bangi eri ekkubo ly'obulokozi okuva mu mwaka gwa 1986 era n'ekyolesa eby'amagero bingi nnyo eby'omwoyo omutukuvu okuyita mu Kuluseedi eziteereddwa emitala w'amayanja. Katonda amaze n'ansobozesa okukifulumya. Muddiza ekitiibwa n'ettendo!

Abantu bangi bagamba nti bakkiririza mu Katonda Omutonzi w'eggulu n'ensi, nti era bamanyi bulungi okwagala kw'omwana We Yesu Kristo. Naye tebasobola kubuulira njiri nga beekakasa. Era eky'amazima kiri nti, Abakristaayo batono ddala abategeera omutima N'okufaayo kwa Katonda. Era abakristaayo abamu bawukana ku Katonda kubanga tebafunye kyakuddibwamu bulungi eri ebibuuzo bingi ebiri mu Baibuli n'obutatageera kufaayo n'okwagala kwa Katonda okutali kwangu kutegeera.

Okugeza, Singa obuuziddwa ebibuuzo bino ebisatu, oyinza kuddamu otya? "Lwaki Katonda Yateekawo omuti Gw'okumanya Obulungi n'obubi, ate n'aleka omuntu n'agulyako ebibala?" "Lwaki Katonda yateekayo ggeyeena wadde nga yawaayo omwana we Yesu Kristo olw'abonoonyi?" era "Lwaki Yesu ye Mulokozi yekka?"

Nali nemereddwa okutegeera ekigendererwa kya Katonda eky'okutonda, n'okufaayo kwe okw'eccaama obikwekeddwa mu musaalaba mu myaka gyange egy'obukrisitaayo egy'asooka. Nga maze okuyitibwa ng'omubuulizi w'enjiri, N'entandika okw'ebuuza, "Nnyinza ntya okukulembera abantu abawerera ddala eri obulokozi Katonda ekitiibwa n'ekimuddizibwa?" Kye kyava kinzigira nti nali nina okutegeera ebigambo byonna ebiri mu Baibuli, omuli n'ebyawandiikibwa ebizibu okutegeera nga Katonda abinambululira ndyoke mbibuulire eri ensi yonna. N'asiibanga nga nnyo nga bwekisoboka nga nkisabira. Emyaka musanvu egyayitawo Katonda n'alyoka atandika okubindaga.

Mu mwaka gwa 1985, Nali nsaba n'amaanyi gange gonna, n'enzijjuzibwa Omwoyo Omutukuvu. N'atandika okunzivunulira ebyama by'okufaayo kwa Katonda ebyali bikwekeddwa. Bwali Obubaka Bw'omusalaba. Nabubuulira mu buli kusaba kw'okusande okw'omakya okumala wiiki 21. Obutambi bwa Leediyo obwakwatibwa ku Bubaka Bw'omusaalaba bukutte ku bantu bangi mu nsi yange n'ebunaayira. Buli Obubaka bw'omusalaba we bwa buulirwanga, Mwoyo mutukuvu yakolanga nga bwolaba omuliro ogubumbujja. Abantu bangi beenenyanga ebibi byabwe, era bawoonyezebwanga endwadde ez'abuli kika. Baasuulanga eri okubusabusa kw'ebalina eri okufaayo kwa Katonda, n'ebafuna okukkiriza okutuufu n'obulamu obutaggwawo. Nga tebannawulira bubaka buno, baali tebamanyi Katonda n'akwagala kwe okw'annama ddala kwennyini. Baatandika okutegeera enteekateeka za Katonda, n'ebaMusisinkana, n'ebatandika n'okuba n'essuubi ly'obulamu obutaggwawo okuyita mu bubaka buno.

Bw'otegeera obulungi lwaki Katonda yateeka omuti ogw'okumanya obulungi n'obubi mu lusuku Edeni, osobola okutegeera okufaayo Kwe eri omuntu ku nsi era oba ojja kweyongera n'okuMwagala n'omutima gwo gwonna. Ekirala okumanya ekigendererwa ky'ennyini eky'obulamu bwo, ojja kuba osobola okulwanisa ebibi byo okutuuka n'ekussa ly'okuyiwa omusaayi. Ng'ogezaako nnyo okulaba nti ofanaana omutima gw'omulokozi Yesu Kristo, n'okuba ow'amazima eri Katonda okutuuka ku ssa ly'okufa.

Obubaka bw'Omusalaba kijja ku kulaga okufaayo kwa Katonda okwekusifu, okubadde kukwekeddwa mu musaalaba, era kikuyambe n'okuzimba omusingi omugumu ogw'obulamu obw'amazima era obutuufu obw'omukrisitaayo. N'olwekyo, buli muntu asoma ekitabo kino ajja kuba asobola okutegeera okufaayo kwa Katonda okw'amaanyi n'okwagala Kwe, ajja kuba asobola okuba n'okukkiriza okutuufu, n'okutandika era n'okutambulira mu bulamu obw'ekikristaayo obusanyusa mu maaso Ge.

Neebaza nnyo omukulu n'abakozi b'omusunsuliro, abakoze kyonna ekisoboka okufulumya ekitabo kino. Era n'ebaza n'abo abali mu kitongole ekivvuunuzi.

K'abantu abatabalika bategeere okufaayo kwa Katonda, basisinkane Katonda ajjudde okwagala, era balokolebwa nga abaana abatuufu aba Katonda – Bino byonna mbisabye mu linnya lya Yesu Kristo!

Jaerock Lee

ENYANJULA

Obubaka bw'Omusalaba, yge magezi n'amaanyi ga Katonda, obubaka buli mukristaayo mu nsi yonna bwalina okwaniriza!

Neebaza era n'ekitiibwa n'enkiddiza Katonda Kitaffe atusobozesezza okufulumya ekitabo kino *Obubaka bw'Omusalaba*. Ba memba bangi nnyo eb'ekanisa ya Manmin okwetoloola ensi yonna abalindiridde ekitabo kino lwe kinaafuluma. Ekitabo kino kiddamu bulungi ebibuuzo bingi abakristaayo bangi bye beebuuza: Ebibuuzo nga Katonda omutonzi yali afaanana atya ng'ensi tennabaawo? Lwaki Katonda yatonda omuntu n'amuteeka ku nsi kuno? Lwaki Katonda yateeka omuti ogw'okumanya obulungi n'obubi mu lusuku Edeni? Lwaki Katonda yasindika omwana we omu yekka nga Ssaddakka okufirira ffe abanoonyi? Lwaki Katonda omukisa gw'okulokola yaguyisa mu musaalaba ogw'ekiti? Ebibuuzo ng'ebyo n'ebirala bingi.

Ekitabo kino kirimu obubaka obujjudde omwoyo obw'abuulirwa Rev Dr. Jaerock Lee era kikutangaaza n'osobola okutegeera okwagala kwa Katonda nga bwe kuli okungi ennyo, okunene era okw'amaanyi.

Essuula esooka, "Katonda Omutonzi ne Baibuli," Ekwanjulira Katonda n'engeri Gyakolera mummwe. Okuyita mu ssuula eno ojja kusanga obukakafu nti Katonda mulamu era ozuule amazima agali mu Baibuli mu kitangaala eky'ebyafaayo by'omuntu. Era, okusingira ddala, kyongera okukakasa nti enjigiriza nti omuntu n'ebintu ebissa byava mu bintu biralala, nti si ntuufu. Wabula n'eraga nti Katonda okuba nga ye Mutonzi ye ntuufu.

Essuula ey'okubiri "Katonda Atonda era Akulakulanya Omuntu," egyayo obujjulizi nti Katonda ye yatonda ebintu byonna mu nsi era n'atonda omuntu mu kifaananyi kye. Era esuula eno ekusomesa amakulu g'ennyini ag'obulamu bw'omuntu n'ekigendererwa Kye eky'okufuula abantu ng'abaana Be abaddala mu Mwoyo.

Essuula ey'okusatu, "Omuti ogw'okumanya obulungi n'obubi mu lusuku Edeni," Eddamu ebibuuzo ebikulu eri abakristaayo bonna. Lwaki Katonda yateekawo omuti ogw'okumanya obulungi n'obubi? Esuula eno ennyonnyola ensonga mu bujjuvu era n'ekuyamba n'okutegeera okwagala okungi n'okufaayo akulakulanya omuntu ku nsi.

Essuula ey'okuna, "Ekyama ekyakisibwa ng'ebiro tebinaabaawo," ennyonnyola oluganda oluli wakati we tteeka ery'okununula ensi n'etteeka ery'Omwoyo ku bulokozi bw'omuntu (Baleevi 25). Era ennyonyola nti abantu bonna baali balina okufa olwe'bibi byabwe naye Katonda N'ateekawo ekuubo eddungi ennyo ery'okulokolebwa. Dda nga n'ebiro tebinnabaawo. Ekisembayo, esomesa lwaki Katonda akisizza ekkubo ly'obulokozi okutuusa wali yagalira n'engeri Yesu gye yatuuukiriza obukwakkulizo bwe tteeka ery'okununula ensi.

Essuula ey'okutaano, "Lwaki Yesu ye mulokozi waffe yekka?" ennyonnyola engeri enteekateeka ya Katonda ey'okulokola omuntu eyali ekisiddwa ng'ebiro tebinnabaawo bwe yatuukirizibwamu okuyita mu Yesu Kristo, ensonga ey'okukomererwa kwe, emikisa n'eddembe ery'obwebange ebya baana ba Katonda, amakulu ge linnya "Yesu Kristo," ensonga lwaki Katonda teyawaayo linnya ddala lyonna okulokola omuntu wansi w'eggulu okujjako Yesu Kristo abantu mwe balina okuyita okulokoka, n'ebirala. Ojja kubugaana okwagala kwa Katonda okuteenkanika bw'onootegeera amakulu ag'Omwoyo ag'omunda agali mu bubaka obuli mu ssuula eno.

Essuula ey'omukaaga, "Ekigendererwa ky'omusaalaba," etutangaaza ku makulu ag'omunda agali mu mbonabona Yesu gye yabonabonamu. Lwaki Yesu yazaalibwa mu kisibo kye nsolo era n'azazikibwa mu kibaya oba nga ddala yali mwana wa Katonda? Lwaki yali mwavu obulamu bwe bwonna? Lwaki yakubwa emiggo omubiri gwe gwonna, natikkibwa engule ey'amaggwa, era n'akomererwa n'emisumaali mu bigere ne ngalo? Lwaki yawulira obulumi n'atuuka ku ssa ly'okuyiwa omusaayi gwe gwonna n'amazzi? Essuula eno ewa eby'okuddamu byennyini eri ebibuuzo ng'ebyo era n'ekuyamba n'okutegeera amakulu ag'omwoyo agali mu kubonabona Kwe. Ebika bye ndwadde n'obulwadde saako ebizibu ng'obwavu, amaka agatabuse, ebizibu mu mirimu, n'ebirala bingi, bijja kugonjoolwa okuyita mu kutegeera kwo n'okukkiririza mu makulu ag'omwoyo agali mu kubonabona Kwa Yesu. Essuula eno ekuyamba okumanya okwagala okungi okw'enkanidde awo okwa Katonda, W'eggyeko ebibi eby'abuli kika, wenyigire mu kikuula eky'o bwa Katonda.

Essuula ey'omusanvu, "Ebigambo omusanvu eby'asembayo ebya Yesu ku musalaba," ennyonnyola amakulu ag'omwoyo agali mu bigambo bya Yesu omusanvu eby'asembayo ku musaalaba nga tannafa. Okuyita mu bigambo omusanvu eby'asembayo ku musaalaba, yatuukiriza omulimu gwe yali Aweereddwa Kitaawe Katonda. Essuula eno eggumiza nti olina okutegeera okwagala kwa Yesu okungi ennyo eri omuntu, lindirira okudda kwe okw'omulundi ogw'okubiri, era olw'ane okulwana okulungi okutuusa ku nkomerero n'essuubi ery'okuzuukira.

Essuula ey'omunaana, "Okukkiriza okwannamaddala n'obulamu obutaggwawo," etugamba nti tufuuka omu n'omugole waffe Yesu Kristo singa tuba n'okukkiriza okutuufu. Baibuli etulabula nti abamu bagamba nti bakkiriza Yesu Kristo Omulokozi naye nga tebasobola kulokolebwa ku lunaku olw'okusala omusango olw'enkomerero. Baibuli teteeka ssira ku kya kukkiriza Yesu Kristo kyokka, wabula n'okulya omubiri gw'omwana w'omuntu n'okunywa omusaayi gwe okusobola

ENYANJULA _ xiii

okutuuka ku bulokozi obutaggwawo. Oyinza okuba n'okukkiriza okutuufu okukutuusa eri ekkubo ery'obulokozi bw'olya ku mubiri Gwe era n'onywa n'omusaayi Gwe. Essuula eno era ekusomesa ekikula ky'okukkiriza okutuufu, engeri gy'oyinza okukufunamu era n'ekyolina okukola okutuuka ku bulokozi obutuukiridde.

Essuula ey'omwenda, "Okuzaalibwa n'amazzi n'Omwoyo," esooka n'eyogera ku mboozi eyali wakati wa Yesu ne Nikodemu. Emboozi eno y'ekomekkereza *Obubaka bw'Omusalaba*. Omutima gwo gulina okuzzibwa obugya buli kiseera okuyita mu mazzi n'Omwoyo Omutukuvu okutuusa Yesu lwalidda era olina okukuuma omwoyo gwo gwonna n'emmeeme saako omubiri gwo nga tebirina bbala ku kudda kwa mukama Yesu Kristo okw'omulundi ogw'okubiri, ekiseera Mukama lwali kwaniriza ng'omugole we omubalagavu.

Essuula ey'ekumi, "Enjigiriza etali ntuufu kye ki?" Ekugirayo bulungi ekikula kye njigiriza enkyaamu bwe kiba n'eyogera ku bikyamu n'entegeera etali ntuufu abakristaayo bangi gye bagirinako. Enaku zino abantu bangi batabula eby'amagero bya Katonda eby'amaanyi nga bamala gagamba nti tebikoleddwa Katonda nti oba by'abulimba, olw'okuba tebamanyi Baibuli kyeyogera ku njigiriza nkyamu. Essuula eno ekulabula nti togezanga okuwakanya oba okuvvoola eby'amagero by'Omwoyo Omutuku ng'obiyita eby'obulimba era, n'ennyonnyola obulimba, n'engeri gy'oyinza okwawula Omwoyo ow'amazima n'omwoyo ow'obulimba, n'enjigiriza ez'obulimba. Ekisembayo, essuula eno eggumiza nti olina okuba obulindaala n'okusaba buli ssaawa, oly'oke otambulire mu mazima olwo olyoke owone okukemebwa omwoyo omuccaamu oba ebikemo.

Omutume Paul yayogera ku Bubaka bw'omusalaba ng'amagezi ga Katonda, mu 1 Abakkolinso ekisooka 1:18, *"Kubanga Ekigambo ky'omusaalaba bwe busirisiru eri abo ababula; naye eri ffe abalokolebwa ge maanyi ga Katonda."* Omuntu yenna asobola okubeera n'okukkiriza okutuufu n'asisinkana ne Katonda omulamu, era n'anyumirwa n'obulamu bw'ekikristaayo mu bujjuvu bwategeera ekyama ekikisiddwa mu musaalaba era n'azuula n'okufaayo okwamaanyi okwa Katonda olw'okwagala okw'amaanyi kwalina eri omuntu.

Obubaka bw'Omusalaba kwe kuyigiriza okwetaagibwa mu bulamu bwo. N'olwekyo, nsaba mu linnya lya mukama waffe nti osobole okusima omusinji gw'obulamu bwo obw'ekikristaayo osobole okutuuka ku bulokozi obujjuvu n'obulamu obutagwaawo.

Akulira ekitongole ekisunsuzi.

EBIRIMU

Eby'omuwandiisi

Enyanjula

Essuula 1. _ **Katonda Omutonzi ne Baibuli** • 1
- Katonda ye Mutonzi
- Ninga bwe Ndi
- Katonda amanyi byonna era Y'ayinza byonna
- Katonda ye muwandiisi wa Baibuli
- Buli kigambo kya Baibuli ky'amazima

Essuula 2. _ **Katonda atonda era ateekateeka Omuntu** • 25
- Katonda Yatonda abantu
- Lwaki Katonda Ateekateeka Abantu?
- Katonda ayawula Eng'ano mu Bisusunku

Essuula 3. _ **Omuti ogw'okumanya obulungi N'obubi** • 43
  - Adamu Ne Kaawa mu Lusuku Adeni
  - Adamu Yajjeema yeeyagalidde
  - Empeera ye kibi Kufa
  - Lwaki Katonda yateekawo omuti ogw'okumanya?

Essuula 4. _ **Ekyama Eky'akisibwa ng'eBiro Tebinaabaawo** • 67
  - Obuyinza bwa Adamu buweebwayo eri Setaani
  - Etteeka ery'okununula Ensi
  - Ekyama Ekyakisibwa ng'ebiro tebinnabaawo
  - Yesu Yasaanidde okusinziira ku Tteeka

Essuula 5. _ **Lwaki Yesu Ye Mulokozi waffe Yekka?** • 87
- Ekkubo ly'obulokozi okuyita mu Yesu Kristo
- Lwaki Yesu yawanikibwa ku musalaba ogw'embaawo?
- Tewali Linnya ddala mu nsi okujjako "Yesu Kristo"

Essuula 6. _ **Amakulu g'Omusalaba** • 107
- Azaalibwa mu kiraalo era n'azazikibwa mw'eziriira
- Obulamu Bwa Yesu Obw'ekyavu
- Yakubibwa era N'ayiwa Omusaayi Gwe
- Okwambala Engule Eya Maggwa
- Ebyambalo bya Yesu n'ekanzu ye
- Yakomererwa mu ngalo n'ebigere
- Amagulu ga Yesu Tegaamenyebwa naye Embirizi Ze zaafumitibwa

Essuula 7. _ **Ebigambo bya Yesu omusanvu eby'asembayo ku musalaba** • 153
- Kitange, Basonyiwe
- Leero onooba nange mu lusuku lwa Katonda
- Omukyala laba omwana wo; Laba nnyoko
- *Eroi, Eroi, Lama Sabakusaani?*
- Nnina ennyonta
- Kiwedde
- Kitange nteeka Omwoyo gwange Mu Mikono Gyo

Essuula 8. _ **Okukkiriza Okutuufu n'obulamu obutaggwawo** • 183

- Ekyama kino nga kikulu nnyo!
- Okwatula okw'obulimba tekuleeta bulokozi
- Omubiri n'omusaayi gw'Omwana w'Omuntu
- Okusonyiyibwa olw'okutambulira mu kitangaala kyokka
- Okukkiriza okuweerekerwako ebikolwa kwe kutuufu

Essuula 9. _ **Okuzaalibwa Amazzi n'Omwoyo** • 235

- Nikodemu Ajja Eri Yesu
- Amakulu ag'Omwoyo aga Yesu okuyamba Nikoodemo
- Bwozaalibwa n'amazzi n'Omwoyo
- Abategeeza Abasatu: Omwoyo, Amazzi, N'omusaayi

Essuula 10. _ **Enjigiriza Ey'obulimba Kye ki?** • 253

- Baibuli nga bwe nyonyola ku njigiriza ey'obulimba
- Omwoyo ogw'Amazima n'Omwoyo ogw'Obulimba

OBUBAKA BW'OMUSALABA

Essuula 1

KATONDA OMUTONZI NE BAIBULI

- Katonda ye Mutonzi
- Ninga bwe Ndi
- Katonda amanyi byonna era Y'ayinza byonna
- Katonda ye muwandiisi wa Baibuli
- Buli kigambo kya Baibuli ky'amazima

···OBUBAKA BW'OMUSALABA

Olubereberye Katonda yatonda eggulu n'ensi.
Olubereberye 1:1

Katonda Ye Mutonzi

Enaku zino, ebitabo bingi nnyo mu nsi, naye tewali kitabo kirala kyonna okujjako Baibuli, ekuwa okuddibwamu mubujjuvu ng'ate kutegerekeka bulungi eri ebibuuzo ku ntandikwa n'obutonzi bwe nsi, n'entandikwa saako enkomerero y'omuntu.

Baibuli eddamu bulungi ekibuuzo ku ntandikwa y'ensi n'obulamu. Olubereberye 1:1 wagamba, *"Olubereberye Katonda yatonda eggulu n'ensi"* n'emu Abaebulaniya 11:3 wasoma, *"Olw'oku kkiriza tutegeera ng'ebintu byonna byakolebwa kigambo kya Katonda, era ekirabika kye kyava kirema okukolebwa okuva mu birabika."*

Si buli kintu ekirabika nti kyakolebwa okuva mu kintu ekibaddewo. Kyakolebwa "tewali kiriwo" ku kiragiro kya Katonda.

Omuntu asobola okukola ekintu nga akigye mu kirala ekibaddewo, gamba nga, okukyusa oba okugatta ebintu ebiriwo n'asobola okukola ekintu ekirala, naye tasobola kutondawo kintu awatali kintu kyonna kiriwo.

Tekikkirizika nti omuntu asobola okutonda ekintu ekirina obulamu. Wadde akuguse nnyo mu sayansi wa tekinologiya okutuuka okukola ekintu eky'efanaanyirizaako obwongo, ebyuma bikalimagezi n'amataala, tasobola kukola wadde akawuka akasembayo obutono awatali kintu kyonna.

N'olwekyo, abantu bakola ebitonde ebirina obulamu nga beeyambisizza ebyo Katonda bye yakola n'ebabigattagatta, Olina okukimanya nti awo tebassukawo.

N'olwekyo, olina okukimanya nti Katonda yekka yasobola okutonda ekintu awatali kintu kyonna, Katonda Omutonzi yekka, ye Yatonda ensi ku kiragiro Kye, era yafuga ensi yonna, ebyafaayo by'ensi, obulamu n'okufa, saako emikisa awamu ne bizibu mu bulamu bwa bantu.

Obukakafu obukukkirizissa mu Katonda Omutonzi

Buli kimu – enyumba, emmeeza oba omusumaali-birinako omuntu abikola. Nolwekyo tekyetaaga kubagamba nti n'ensi eno eneene bweti erinako omuntu ey'agikola. wateekwa okubaawo nnyini yo eyagikola era nga yagifuga. Ono ye Katonda Omutonzi Baibuli gwe genda edding'ana ng'emukutegeeza buli kiseera.

Bw'otunulira ebikwetoloodde, waliwo obukakafu bungi nnyo obulaga Obutonzi. Eky'okulabirako ekyangu, lowooza ku bantu abangi abali ku nsi. Nga tofudde ku langi yaabwe, emyaka gye balina, mukazi oba musajja, ebitiibwa n'ebirala, buli omu alina amaaso abiri, amatu abiri, ennyindo emu ng'erina ebituli bibiri n'omumwa gumu.

Wadde buli kisolo kirinamu ko enjawulo okuva ku kirala

okusinziira ku kika mwe bigwa, birina ebitundu by'omumaaso bye bimu. Eky'okulabirako, enjovu erina ennyindo empanvu. (Ekyo ekigiri mu maaso) naye kiri wakati mu maaso gaayo, era waggulu w'omumwa gw'ayo. Teri waggulu wa maaso gaayo, oba wansi w'omumwa gwayo oba waggulu ku mutwe gwayo. Buli njovu erina ebituli bibiri ku nyindo, amaaso abiri, amatu abiri n'omumwa gumu. Ebinyonyi byonna mu bbanga eby'enyanja byonna mu nyanja oba emigga, birina ebitundu bye bimu eby'omumaaso.

Si nti buli kisolo, kifaanaganya n'ekineewaako ensengeka y'ebitundu by'omumaaso yokka, wabula n'ebitundu ebikola ku mmere ng'eririddwa, n'ebyo ebikola kukuzaala n'abyo bifaanagana. Mu ngeri y'emu, buli kimu emmere kigiriisa mumwa gwakyo, era buli ekiyita mu kamwa kiggukira mu lubuto olw'o n'ekifuluma omubiri. Ebisolo byonna by'egatta, n'ebinaabyo bwe bitafaanaganya kikula, era n'ebizaala abaana.

Bwokung'anya ensonga zino buli omu z'amanyi awamu, toyinza kugamba nti ebintu bino by'abaawo bubeezi oba okubikuusa ku nzikiriza y'abakkiririza mu bintu okukyuka "ey'o w'amaanyi y'alya." Ku bino byonna tekuli kiyinza kunnyonyolebwa bulungi endowooza 'y'ebintu okukyuka' engeri gye byajja okuba bwe bityo.

N'olwekyo olw'okuba nti abantu n'ebisolo birina ebitundu by'emibiri ebifaanagana kigyayo bulungi endowooza nti buli kimu kyatondebwa era n'ekiwundibwa Katonda Omutonzi. Singa Katonda si ye yali Katonda Yekka, nga waliyo bakatonda abalala bangi, ebitonde bino byandibadde n'ebitundu by'omubiri n'enkula ez'enjawulo era nga biri mu bifo byanjawulo.

Ng'ogyeko n'ebyo, bwe weteegereza obulungi obutonde ne nsi, osobola okusanga obukakafu obw'obutonzi bungi mu byo. Nga kyewunyisa nnyo okumanya nti ebintu byonna ebiri mu bbanga omuli n'ensi okwetoloola bikola bulungi nnyo awatali kukola nsobi yonna! Tunuulira essawa eri ku mukono gwo, mu yo mulimu obutundutundu bungi. Tejja kukola singa bubamu akatundu akataliimu. Bwetyo n'ensi eno yatondebwa okukolera wansi w'obukuumi bwa Katonda.

Okugeza, tewali muntu wadde ekitonde ekirina obulamu kyonna ekiyinza okulama awatali mwezi ogw'etoolola ensi. Omwezi gwali teguyinza kuteekebwa wala ko kunsi oba kumpi ko okusinga w'eguli kati. Katonda y'aguteeka mu kifo ekituufu, omuntu asobole okuba omulamu ku nsi.

Olw'ekifo omwezi mwe gguli kati, amaanyi g'agwo ge gakola amayengo ku nyanja. Amayengo gano g'egaleetera enyanja okutabuka n'esobola okulong'osebwa. Nga n'ebintu byonna ebirala ku nsi byatondebwa okutambula obulungi awatali nsobi okusinziira kufaayo kwa Katonda.

Lwaki abantu abamu tebakkiririza mu Katonda Omutonzi

Abantu abamu bakkiririza mu Katonda Omutonzi era ne batambulira mu kigambo Kye Lwaki abantu, abasobola okulowooza obulungi, era abasobola n'okunoonyereza ku buli kimu mu sayansi okusobola okufuna eby'okuddibwamu, tebakkiriza mu Katonda Omutonzi? Bwoba nga wayigirizibwa nti Katonda mulamu nti era Y'emutonzi asinga Byonna okuva eri abakristaayo ab'esigwa okuva mu buto bwo, tekisobola kukubeerera kizibu okukkiriza mu Katonda Omutonzi.

Naye enaku zino, bangi ku mmwe mutwaliddwa ab'enjigiriza ey'ebintu okukyuka n'ebifuuka ebirala okuva mu myaka gyamwe egy'ekivubuka, era ng'eyo waliyo 'by'emuyiga' bingi naye nga si bye biri awo ebirimu amazima. Era n'emukwatagana nnyo n'abo abatakkiririza mu Katonda oba abaMubusabuusa.

Ng'omaze okubeerako mu mbeera ng'eyo, bwogenda mu kanisa n'owulira ekigambo kya Katonda, obeere mu kubuusabuusa buli ssaawa, n'okuwakana muli mu ggwe, era nga tosobola kukkiririza mu Katonda Omutonzi kubanga by'ewasooka okuyiga bikontana n'ebyowulira saako okuyigira mu kanisa.

Bw'oba nga tonnegyamu ebyo bye wayigira mu nsi, n'ebwoba ng'osiiba mu kanisa, tosobola kufuna kukkiriza okw'Omwoyo – Okukkiriza okuva ewa Katonda – okutaliimu kubusabuusa kwonna.

Toyinza kukkiririza mu bwakabaka Obw'omuggulu oba mu geyeena nga tolina kukkiriza kwa mwoyo. Obeera otwala ensi mw'oli nga yensi yokka, era nga weyisa nga bwoyagala.

Emirundi emeka gy'olaba endowooza, ezaali zikkiriziddwa era n'ezikakasibwa ebiseera ebyo, ate bwewayitawo ebbanga n'ezikyusibwa era n'ezisikirwa endala empya, oluvanyuma? Wadde nga kino kiyinza obutaba bwe kityo ddala. Kituufu nti endowooza empya zigenze zijja zikyusa ezibaddewo oba okutereezaamu ezibaddewo, ng'amazima amapya gavumbuddwa. Ebbanga bwe ligenda liyitawo ne sayansi n'agenda ng'ayeyongerako, abantu bagenda bavumbula endowooza ezisingako wadde nga n'azo ziba tezituukiridde. Sagala kugamba nti okunoonyereza okukoleddwa bannasayansi bangi nti kwonna kuccaamu.

Wakyaliwo ebintu bingi ku nsi ebitasoboka kunyonyolekeka n'amagezi ag'obuntu, n'olwekyo ekyo kirina okulowoozebwako. Okugeza, bwe kituuka ku nsi, totuukangako ku luuyi luli olulala olw'ensi okuva wano, kyokka tobangako mu biseera eby'edda ennyo. Wabula, abantu bagezaako okunyonyola ensi eno nga bagunjaawo endowooza nenjigiriza ezitali zimu.

Ng'omuntu tannagenda ku mwezi, twali tutebereza, "wayinza okubaayo ebitonde ebirina obulamu oba ebitonde ebyo okuba mu bbanga eyo gye tutali," kyokka omuntu bwe yagenda ku mwezi olwo n'etulyoka tulangirira nti "ku mwezi teri kitonde kirina bulamu." Enaku zino bannasayansi bagamba, "waliwo omukisa nti eriyo obulamu, ku Ssenyondo eyitibwa Mars" oba "Waliwo ebiraga nti ku guzinga ogumyufu wandibaayo amazzi."

Newankubadde ng'okoze okunoonyereza, okumala ebbanga ddene era n'ogaziya nnyo okumanya kwo, Bwoba tomanyi kwagala kwa Katonda, enteekateeka Ye, N'amaanyi ga Katonda, weesanga ng'okomye awo Omuntu ali ku bubwe watalina kussuka.

N'olwekyo, Baruumi 1:20 wasoma bwe wati: *"Kubanga ebibye ebitalabika okuva ku kutonda ensi birabikira ddala nga bitegeererwa ku bitonde, obuyinza bwe obutaggwaawo*

n'obwa Katonda bwe; babeere nga tebalina kya kuwoza."
Buli abikula omutima gwe n'afumintiriza asobola okuwulira amaanyi ga Katonda n'ekitiibwa kye eky'Obwakatonda okuyita mu bitonde ng'omusana, omwezi n'emunyeenye-ebintu Katonda mwakukiririza okumanya nti Gyali n'okumukkiriza.

Ninga bwe Ndi

Okuwuulira ebikwata ku Katonda Omutonzi, abantu bangi bayinza okwewuunya, "Yabeerawo atya mu Kusooka?" "Yava wa?" oba "Yali afaanana atya?" Okumanya n'ebirowoozo by'omuntu birina w'ebitasobola kussuka, nga kino kye kiraga nti wateekwa okubaawo entandikwa n'enkomero y'omuntu. N'olwekyo tuba twataaga okuddibwamu okulambulukufu obulungi, eri ebibuuzo ng'ebyo. Naye nga okubeerawo kwa Katonda kusukulumye okutegeera kw'omuntu n'olwekyo Y'e "Yali," "Ali," era "Yajja Okuba,"

Okuva 3 era engeri Katonda gye yalagiramu Musa okukulembeera abaana ba Yisirayirimu nsi ya Kanaani. Musa n'abuuza Katonda bwa naddamu abayisilayiri singa banaamubuuza eyali erinya lya Katonda.

Mu kiseera ekyo, Katonda yaddamu Musa, *"Ninga bwe NDI,"* era n'amulagira agambe, *"NDI antumye gye muli"*

"NDI" kye kigambo Katonda kye yakoseza okweyogerako Ye. Era nga kitegeeza nti teri YaMuzaala, oba okuMutonda, wabula Atuukidde era Omutonzi yennyini.

Oluberyeberye Katonda yali Kitangaala ekirina eddoboozi

Yokaana 1:1 wasoma, *"Kuluberyeberye waaliwo Kigambo, Kigambo n'aba awali Katonda, Kigambo n'aba Katonda."* Mu ngeri eno, Katonda eyali kigambo ku lubereberye Yaliwo yekka nga tatondeddwa. Yabeeranga wa era yabeerangawo atya? Katonda Mwoyo, n'olwekyo yali ali mu kikula kya Kigambo ku mutendera gwe ggulu ogw'okuna ogw'obwakabaka obw'omwoyo si ku mutendera ogw'okusatu ogulabika. Katonda teyaliwo mu kikula kyonna wabula yali ng'ekitangaala ekirungi ennyo ekivaamu eddoboozi ettukuvu era eriwulikika obulungi, era nga yafuga ensi yonna.

Nolwekyo Yokaana ekisooka 1:5 wagamba, *"Ne kino kye kigambo kyetwawulira ekyava mu ye era kye tubuulira mmwe nga Katonda gwe musaana, so mu ye ekizikiza temuli n'akatono."* Lulina amakulu ag'omwoyo era lulina werugirayo ekikula kya Katonda eyali ekitangaala olubereberye.

Olubereberye Katonda yaliwo mu ngeri ya kitangaala ekirina eddoboozi. Eddoboozi lye ttukuvu, liwoomu, era ggonvu, nga liwulikika mu nsi yonna. Abo abaali beewulidde ku ddoboozi lya Katonda kino bayinza okukitegeera.

Katonda yali yekka ng'ebiro tebinnabaawo.

Katonda omutonzi yaliwo nga n'ebiro tebinnabaawo, Yateekateeka okukuza abaana be ab'omwoyo abatuufu, era n'agenda n'akyo mu maaso. N'olwekyo, bwotegeera mu bujjuvu

Katonda oyo NDI, olina okussuula eri buli ndowooza yo yonna ey'obuntu, enzikiriza ez'enjawulo, n'ebimanyiddwa mu bantu ng'ebituufu, era ogenda mu maaso okukkiriza omulimu gw'Obutonzi ogw'akolebwa Katonda.

Okujjako ebintu eby'akolebwa Katonda, ebyo ebikoleddwa omuntu birina ekikomo n'obumulumulu. Ng'okumanya n'okukulaakulana kw'omuntu bigenda byeyongera okukula buli kiseera, ebintu ebisingako bigenda bikolebwa, naye era bisigala nga tebituukiridde.

Abamu babumba ebintu mu zaabu, feeza, ekikomo, n'ebyuma n'ebabiyita bakatonda era n'ebabivunnamira nga babisaba emikisa. Bino mbaawo bu baawo, oba byuma oba mayinja ebitassa, tebyogera n'ewankubadde okutemya amaaso (Kaabakuuku 2:18-19).

Wadde bagamba nti balina amagezi, eky'amazima abantu tebasobola kwawula mazima ku bulimba, wakiri bakola ebibumbe ne babiyita bakatonda be basinza (Baruumi 1:22-25). Kino nga kya busiru nnyo era kya buswavu ddala!

Kale bwe baba ng'abantu basinzizza n'okuweereza bakatonda abataliimu, kubanga tebamanyi Katonda, basaana okukyenyenyeza ddala, basinze Katonda NDI, era bakole ebyo bye balina okukola ng'abaana ba Katonda.

Katonda amanyi byonna era Y'ayinza byonna

Katonda Omutonzi eyatonda ensi yonna Atuukiridde era

yabeerawo ng'ensi tennabaawo. Amanyi byonna era Yayinza byonna. Baibuli ey'ogera ku by'amagero n'ebyewuunyo ebitasobola kukolebwa maanyi ga muntu n'amagezi ge.

Eby'amagero bino eby'amaanyi bikolebwa Katonda Amanyi era Ayinza byonna, Oyo atakyuukakyuka leero ne gyo, bya baawo mu biseera bye ndagaano empya ne mu ndagaano enkadde okuyita mu basajja ba Katonda bangi abaalina amaanyi ge.

Kino kiri bwe kityo – nga Yesu bwe yagamba mu Yokaana 4:48 nti, *"Bwe mutaliraba bubonero n'eby'amagero, temulikkiriza n'akatono"* Abantu tebakkiriza okujjako nga bamaze okulaba ku by'amagero Bya Katonda Ayinza byonna.

Katonda ayolesa eby'amagero n'obubonero

Ekitabo Ky'Okuva kiwandiika mu bujjuvu nti Katonda amanyi byonna era Ayinza byonna, Yakola eby'amagero eby'ewuunyisa n'obubonero okuyita mu Musa, Katonda bwe yali agya abayisirayiri mu nsi ye Misirii okubatwala mu nsi ye Kanaani.

Eky'okulabirako, Katonda bwe yatuma Musa eri Falaawo, kabaka we Misiri, Yaleetawo ebibonobono kumi ku ye, ne nsi ye, N'atambuza Abayisirayiri ku ttaka ekkalu bwe yayawulamu ennyanja emyufu era n'ebuutikira aba misiri abaali batidde, mu mayengo agaali gatabuse.

Nga n'ekitabo ky'Okuva kiweddeko, amazzi g'ava mu lwazi Musa lw'eyakubako omuggo, amazzi agakaawa g'afuuka amawoomu, n'emmere yava mu ggulu obukadde bwa bantu buleme okw'erarikirira olw'eky'okulya.

Nga wayise ekiseera era mu ndagaano enkadde, tulaba Katonda nga awa Eliya obuyinza obulanga emyaka esatu ne kitundu egy'ekyeya, era enkuba yaddamu okutonya oluvanyuma lw'essaala ze, saako okuzuukiza abafudde.

Mu ndagaano empya, tulaba Yesu, omwana wa Katonda, nga azuukiza Lazaalo eyali afudde okumala enaku nnya, ng'Azibula abazibe amaaso, saako okuwoonya abantu endwadde nnyingi, obunafu mu bwongo n'emibiri, saako emyoyo emibi. Yatambulira ku mazzi era N'akakkanya embuyaga na mayengo.

Katonda yakola eby'amagero ebitalabikalabika okuyita mu mutume Paulo okuba ng'obutambaala oba ebikubiro eby'amukoonangako nga bwe bitwalirwa abalwadde, endwadde zaabwe ziwona n'emizimu n'egibavaako. (Ebikolwa by'abatume 19:11-12). Obubonero bungi bwagendanga ne Peetero eyali omu ku bayigirizibwa ba Yesu abasinga. Abantu baaleetanga abalwadde mu nguudo n'ebabagalamiza omwo nti ekisikiriza kya Petero kibagweko bwaba ayitawo (Ebikolwa bya batume 5:15). Ng'ovudde kwekyo, Katonda yakola eby'ewuunyo era N'alaga obubonero okuyita mu Stefaano ne Firipo mu Baibuli, era Akyagenda mu maaso n'Okubikola okuyita mu kanisa zaffe enaku zino.

Katonda ye muwandiisi wa Baibuli

Katonda Mwoyo, kitegeeza nti Talabibwa n'amaaso g'amubiri wabula Yeeraga gye tuli mu ngeri nnyingi. Katonda Atweraga okuyita mu butonde bw'ensi, n'okusingira ddala mu bujjulizi abantu bwe baMuweera, ababa bawonyezeddwa n'abo abafunye okuddibwaamu okuva Gyali. Era Yeeraga mu bujjuvu okuyita mu Baibuli.

Nga kitegeeza nti, okuyita mu Baibuli osobola okumanya Katonda Omu ow'amazima, n'omusisinkana era n'otuuka ku bulokozi n'obulamu obutaggwawo ng'zudde omulimu gwa Katonda. Okwongera kwekyo, osobola okuba mu bulamu obulungi n'ekitiibwa n'okiddiza Mukama bw'otegeera omutima gwa Katonda era n'omanya engeri y'okumwagalamu naye okukwagala (2 Timoseewo 3:15-17).

Eby'awandiikibwa byonna by'alung'amizibwa Katonda

2 Peetero 1:21 Wagamba: *"Naye abantu baayogeranga ebyava eri Katonda nga bakwatiddwa Omwoyo Omutukuvu,"* ne 2 Timoseewo 3:16 wasoma *"Buli eky'awandiikibwa kirina okulung'amizibwa Kwa Katonda."* Kino kitegeeza nti Baibuli okuviira ddala ku lubereberye okutuuka ku kukubikkulirwa kigambo kya Katonda eky'awandiikibwa ku lw'okwagala Kwa Katonda kwokka.

N'olwekyo tusanga wangi awagamba nti "Katonda agamba," "Mukama agamba," ne MUKAMA Katonda agamba," Bino bikakasa nti Baibuli si kigambo kya muntu wabula kya Katonda. Baibuli erina ebitabo nkaaga mu mukaaga, nga asatu mu mwenda bya ndagaano enkadde ate abiri mu musanvu bya ndagaano empya. Abawandiisi bateeberezebwa okuba 34. Ekiseera Baibuli mwe yawandiikirwa kiva ku myaka 1500 emabega nga Yesu tannabaawo, okutuuka ku myaka 100 nga Yesu azeeyo mu ggulu, gye emyaka 1600. Eky'ewuunyisa kiri nti n'ewankubadde abawandiisi bangi ab'enjawuulo abaagiwandiika, Baibuli mu bulambirira bwoyo ekwatagaana okuviira ddala ku ntandiikwa okutuuka ku nkomerero, ate buli lunyiriri lukiriziganya n'endala.

Isaaya 34:16 wasomera, *"Munoonye mu kitabo kya Mukama musome, tekulibula kwe ebyo na kimu, Tewaliba ekiribulwa kinaakyo: kubanga akamwa kange ke kalagidde n'omwoyo gwe gwe gubikung'aanyizza."*
Bino byasobola okubaawo kubanga omuwandiisi omukulu owa baibuli ye Katonda. Omwoyo Omutukuvu yajjula emitima gya bawandiisi n'ebakung'anya ebigambo wamu. Kyolina okujjukira nti abawandiisi ba Baibuli bebakuuta ebigambo bye tulaba, nga babiwandiika ku lwa Katonda era omuwandiisi omukulu owa Baibuli ye Katonda yennyini.

Ka tutwale eky'okulabirako kino, ka tugambe waliwo Omukyala omukadde abeera eyo mukyalo. N'asindikira mutabani we omuto asomera mu kibuga ebbaluwa. Omukyala ono teyasoma, bwatyo n'akozesa mutabani we omukulu okuwandiika ye byayagala okugamba mutabani we omuto era, n'amugamba abiwandiike mu ngeri gyayagala okubigamba mutabani we omuto. Mutabani we omuto ali mu kibuga bwafuna ebbaluwa, aba ajja kulowooza nti nnyina ye yamuweereza ebbaluwa, si nti mukulu we yeyagimuweerezza, wadde nga muganda we omukulu ye yagiwandiise. Bwe kityo bwe kiri kyennyini n'eku Baibuli.

Ebbaluwa ya Katonda ey'omukwano ejjude emikisa n'ebisuubizo

Baibuli yawandikibwa abaddu ba Katonda abaali bajjudde omwoyo okusobola okulaga ekikula kya Katonda yenyini. Olina okukkiriza amazima nti kye kigambo kya Katonda omwesimbu mwayita okutweraga.

Ekigambo kya Katonda mwoyo era bulamu (Yokaana 6:63), era buli akiwulira n'akkiriza alifuna obulamu obutaggwawo era emmeeme ye eneefuna obulamu bungi. Buli akkiriza era n'agondera ekigambo kya Katonda ajja kubeera mu bulamu obulungi era ajja kuba omuntu wa Katonda atuukiridde era afaanana Yesu Kristo.

Katonda Yajja ku nsi mu kikula eky'omubiri okusobola okweraga eri abantu, era omubiri ogwo yali Yesu. Firipo, omuyigirizwa wa yesu yali kino takimanyi era n'asaba nti Yesu amulage Katonda. Yalemwa okutegeera nti Yesu yali Katonda wabula ng'agidde mu kifaananyi eky'omubiri. Nga kiringa ekituukiriza olugero olugamba "Omunaala ogulabula tegwakira ku ntobo wabula waggulu mu bbanga."

Yokaana 14:8 ennyiriri zino wammanga zitwanjulira emboozi wakati wa Firipo ne Yesu:

Firipo n'amugamba nti Mukama waffe, tulage kitaffe, kale kinaatumala. Yesu n'amugamba nti kasookedde mbeera nammwe, ebiro bingi bwe bityo, era tontegeeranga, Firipo? Alabye ku nze ng'alabye ku kitange; kiki ekikwogeza ggwe nti tulage Kitaffe? Tokkiriza nga nze ndi mu kitange, ne kitange ali mu nze,? bigambo bye mbagamba nze, si byogera ku bwange nzekka; naye kitange bwabeera mu nze akola emirimu gye. (Yokaana 14:8-10).

Newankubadde nga Yesu y'awa obujjulizi obumatiza nti Ye ne Katonda Bali omu ng'akola eby'amagero ekyo tekyandisobose awatali maanyi ga Katonda. Firipo yali ayagala Yesu abalage kitaawe.Yesu N'amugamba akkirize Byayigiriza ebigobererwa obukakafu obwe byamagero.

Katonda yajja mu nsi munno mu mubiri asobole Okutweraga era Katonda yawandiisa Baibuli kubanga abantu kibabeera kizibu nnyo okumulaba n'amaaso ag'abantu.

Ekitegeeza nti, osobola okufuna emikisa n'okuddibwamu Katonda kw'Asuubiza mu Baibuli bw'obeera n'okussa ekimu okulungi ne Katonda omulamu okuyita mu Baibuli n'omanya okwagala Kwe n'okufaayo Kwe era n'otuukiriza ekigambo Kye.

Buli kigambo kya Baibuli ky'amazima

Ebyafaayo bikuyamba okumanya ebifa ku bantu oba ebyo ebyaliiwo mu kiseera eky'ayita. Ebyafaayo bye bitubuulira engeri ebintu gye byajja bikyuka, era n'ebikuyamba okumanya mu bujjuvu, ebintu ebimu, abantu, oba engeri gye babeerangamu, ebiseera ebyo. Eby'afaayo ebikwata ku muntu bikakasizza nti Baibuli ntuufu. Weesanga ng'olabye nti Baibuli ya byafaayo era byeyogerako bikkirizika naddala bwe weetegereza ebintu ebyabaawo, abantu, ebifo, oba obulombolombo bwabwe n'ennono nga bwe byawandikibwa mu Baibuli.

Olw'okuba endagaano enkadde yawandiika ng'eraga ebintu ebikulu ebitaliiko kyekubiira ku nsonga ez'omugaso oba ezo ezitali nkulu ezituuuse ku bantu ssekinnoomu, oba abantu mu kibinja oba abo ab'ebika eby'enjawulo, okuviira ddala ku biseera bya Adamu ne Kaawa, Yisirayiri etwala endagaano enkadde ng'ekiwandiika eky'omuwendo eky'ogera ku byafaayo bye ggwanga lyabwe n'ennono, okutuusa n'olunaku olw'aleero. N'abo abakugusse mu byafaayo oba ababisoma bakkiriza nti Baibuli kitabo kyosobola okujjuliza.

Ebyafaayo bikakasa obutuufu bwa Baibuli

Okusookera ddala, nga n'esigama ku Baibuli, njagala kugabana naawe ebyafaayo bya Yisirayiri osobole okukakasa nti ddala ekigambo kya Katonda ekisangibwa mu Baibuli kya mazima.

Adam jjajja wa bantu bonna ya yonoona mu maaso ga Katonda, bwe batyo bazukulu be nga be bantu bonna abaddirira n'abo n'ebagoberera ekkubo ly'ekibi era babaddewo nga tebamanyi Katonda Omutonzi waabwe. Bwatyo n'alondayo eggwanga limu ng'ayagala alage okwagala n'okufaayo eri abantu be ng'ayita mu ggwanga lino.

Okusooka, Katonda Yayita Yibulayimu eyalina omutima omulungi ennyo, n'amuteekateeka bulungi, era bwatyo n'amufuula jjajja wa bakkiriza. Yibulayimu ye yali taata wa Isaaka, nga Isaaka ye taata wa Yakobo era Katonda N'atuma Yakobo "YIsirayiri" era n'akola ebika kumi na bibiri okuva mu baana be ekumi na babiri.

Yakobo bwe yali omulamu, Katonda Y'amutwala mu nsi ye Misiri era N'amusobozesa okutondawo eggwanga ng'ayaza abantu be era ku nkomerero n'abatwala mu nsi ye Kanaani.

Katonda Musa amateeka Yagamuwa akyabeera mu ddungu, n'ayigiriza abayisirayiri okugoberera ekigambo kya Katonda era n'abakulembera nga y'esigama ku kigambo Kye kyokka.

Nga bamaze okutuuka mu nsi ye Kanaani, baakulakulana bamaze okugondera amateeka. Yisirayiri bwe yasinza ebifaananyi era n'ebonoona, amaanyi ge ggwanga lyabwe n'egakendeera era amawanga agabalinaanye n'egatandika okubalumba. Abayisiralyiri basibibwa mu makomera era n'ebakozesebwa ng'abaddu. Bwe beenenya, eggwanga lyabwe n'eriddawo. Era kino kyagenda kye ddiringana buli lwebasobyanga oba okwenenya.

N'olwekyo, Katonda alaga abantu bonna okuyita mu byafaayo bya Yisirayiri nti Katonda mulamu era Afuga ebintu byonna n'ekigambo Kye.

Era Osobola n'okukiraba nti obunabbi mu Baibuli butuukiriziddwa era ng'obulala bunaatera okutuukirira.

Okugeza mu Lukka 19:43-44 Yesu Y'ayogera ku kugwa Kwa Yerusaalemi, bwati:

Kubanga ennaku zirikujjira, abalabe bo lwe bali kuzimbako ekigo, balikwetoolola, balikuzingiza enjuyi zonna, balikusuula wansi, n'abaana bo abali mu nda yo; so tebalikulekamu jjinja eriri kungulu ku jjinja; kubanga tewamanya biro bya kukyalirwa kwo.

Mu nnyiriri zino ebbiri Yesu yali ateegeeza engeri ekibuga Yerusaalemi bwe lizikirizibwamu olw'obubi bwabwe obwali bweyongera buli lukya. Obunabbi buno bwatuukirizibwa mu kyasa kye 70 nga Yesu amaze okufa, Omujjaasi Tito ow'omubwakabaka bwa Roma bwe yalagira abasajja be okuzimba ekigo ku Yerusalemi, okugyebungulula era bate abantu bangi abali mu kigo ekyo. Kino kyatuukirira mu myaka 40 nga Yesu amaze okulanga obunabbi obwo.

Yesu yagamba mu Matayo 24:32 nti, *"Era muyigire ku mutiini olugero lwagwo: Ettabi lyagwo bwerigejja, amalagala n'egatojjera, mutegeera ng'omwaka guli kumpi."* Wano omuti omutiini gukozesebwa okutegeeza ensi ya Yisirayiri, era amakulu g'olugero luno luyigiriza nti Yisirayiri ery'etongola Yesu bwaliba Anaatera okudda omulundi ogw'okubiri. Era ebyafaayo biraga nti ekigambo kya Katonda kyatuukirira Yisirayiri eyali egudde mu kyasa kye 70, nga Yesu amaze okufa, yaddawo mu ngeri ey'ekyewunyo mu mwezi gw'okutaano nga 14 omwaka gwa 1948—gye myaka 1900 okuva lwe yazikiriziba.

Obunabbi obwakolebwa mu ndagaano enkadde n'engeri gye bwa tuukirizibwamu mu ndagaano empya.

Njulira nti ekigambo kya Katonda mu Baibuli ge mazima olw'okuba nsomye n'entegeera engeri obunabbi obw'ayogerwa mu ndagaano enkadde gye bwatuukiriramu mu biseera eby'endagaano empya.

Amateeka mu ndagaano enkadde si lye lyali ekkubo etuufu "ery'okufuna abaana ba Katonda abatuufu." Yali ngeri ey'okulagamu Katonda. Y'ensonga lwaki Katonda yasuubiza okujja kw'omulokozi mu ndagaano enkadde yonna. Ekiseera bwe kyatuuka, yatuma Yesu Kristo mu nsi eno okutuukiriza kye Yasuubiza.

Kyeyoleka lwatu nti Yesu yajja ku nsi emyaka nga 2000 egiyise. Eby'afaayo by'abazungu byawuddwaamu emirundi ebiri, okusinziira ku mazaalibwa ga Yesu Kristo kye bayita BC okutegeeza *Yesu nga tannazaalibwa*, ne AD okutegeeza "mu mwaka gwa mukama waffe," Ne byafaayo bijjuliza ku kuzaalibwa kwa Yesu.

Katusooke tugendeko mu Olubereberye 3:15

"Nange obulabe n'abuteekanga wakati wo n'omukazi era ne wakati w'ezzadde lyo n'ezzadde ly'omukazi, (ezzadde ly'omukazi) lirikubetenta omutwe, naawe oliribetenta ekisinziiro."

Olunyiriri olwo lwalagula nti Omulokozi waffe, ng'ezadde ly'omukazi, alijja n'afufugazza amaanyi g'okufa. "Omukazi" wano yali ategeeza Yisirayiri. Anti Yesu yajja ku nsi Ng'omwana wa Yosefu eyali ava mu lunyirira lwa Yuda mu yisirayiri (Lukka 1:26-32).

Isaaya 7:14 wasoma, *"Mukama yennyini kyaliva abawa akabonero; laba omuwala atamanyi musajja aliba olubuto, alizaala omwana wa bulenzi, era ali alituumwa erinnya lye Imanueri."* Kino kitegeeza nti omwana wa Katonda alitumwa okufiirira ebibi by'abantu ng'ayita mu lubuto olw'omwoyo omutukuvu. Kya mazima nti Yesu yazaalibwa omuwala Maria eyali tamanyi musajja wabula olubuto lwe lwali lwa mwoyo Mutukuvu (Matayo 1:18-25).

Yesu yalagulibwa okuzaalibwa mu kibuga kye Beteleemu, nga mu Mikka 5:2 bwe wasoma:

"Naye ggwe Besirekemu Efulaasa, ggwe omuto okuba mu nkumi za Yuda, mu ggwe mwe muliva gye ndi aliba omufuzi mu Isiraeri; okutambulatambula kwe kwa dda na dda, emirembe nga teginnabaawo."

Okutuukiriza kino, Yesu yazaalibwa mu Besirekemu, ekisangibwa e Yuda mu biseera bya Kabaka Kerode. Era N'ebyafaayo bikakasa kino.

Abaana abato abangi abasanjagibwa Kabaka Kerode nga Yesu azaaliddwa (Yeremiya 31:15; Matayo 2:16), Amayingira ga Yesu mu Yerusaleemi (Zekkaliya 9:9; Matayo 21:1-11) n'okulinnya Kwa Yesu mu ggulu (Zabbuli 16:10; Ebikolwa by'abatume 1:9) byaweebwako obunabbi era n'ebituukirizibwa.

Okwongera kw'ebyo, Yuda eskarioti eyali atambudde ne Yesu emyaka esatu okumulyamu olukwe (Zabbuli 41:9) n'okumulyamu olukwe olw'ebitundu bya feeza 30 (Zekkaliya 11:12) byombi byalagulwa era n'ebituukirira.

N'olwekyo osobola okukkiriza nti Baibuli ntuufu era y'amazima nti era ddala kye kigambo kya Katonda, naddala bwolaba ng'ebyo byonna eby'alangirirwa mu ndagaano enkadde byatuukirizibwa nga bwe byalangibwa.

Obunabbi mu Baibuli obunaatera okutuukirira.

Katonda yafuula Yesu Kristo okuba Omulokozi waffe ng'atuukiriza obunabbi bwonna mu ndagaano enkadde mu biseera eby'endagaano empya. Buli ebyo byonna eby'alangirirwa ku Yesu, engeri Yisirayiri gy'eyatondebwamu n'ebyagituukako, n'ebyafaayo by'omuntu, by'atuukirizibwa awatali nsobi yonna.

Okwetegereza ennyo eby'afaaayo by'ensi kikuviirako okukizuula nti ebigambo byonna eby'obunabbi mu Baibuli byatuukirira era bijja kutuukirra,
    Banabbi mu ndagaano zombi enkadde n'empya baalangirira okukula n'okugwa kw'ensi ezisinga amaanyi. Okugwa n'okuddawo kwa Yerusaalemi, n'ebyo ebirituuka ku bantu abamanyiddwa ennyo munsi yonna. Obunabbi bungi mu

Baibuli obutuukiriziddwa n'obwo obugenda okutuukirira, era abantu banaatera okulaba okudda kwa Yesu okw'omulundi ogw'okubiri. N'okukwakkula abo abaliba batuukiridde, n'okusala omusango okulibaawo ku n'amulondo ennene enjeru. Mukama waffe kati alimukutegeka ekifo kyo nga bwe Yasuubiza. (Yokaana 14:2), era anaatera okukutwala mu kifo eky'olubeerera.

Ensi yaffe kati eri mu kubonbona n'anjala. Musisi, embeera y'obudde etali ntuufu, n'obubenje buyitiridde. Tolina kukitwala nti ebintu bino bibaawo bubeezi, wabula kyetaaga n'okizuula nti Y'esu anaatera okudda omulundi ogw'okubiri. (Matayo 24:3-14). Olina okutuuka ku bulokozi obujjuvu nga tosumagira era nga weetegese ng'omugole.

Essuula 2

KATONDA ATONDA ERA ATEEKATEEKA OMUNTU

- Katonda Yatonda abantu
- Lwaki Katonda Ateekateeka Abantu?
- Katonda ayawula Eng'ano mu Bisusunku

···OBUBAKA BW'OMUSALABA

Katonda n'atonda omuntu mu ngeri ye, mu ngeri ya Katonda mwe yamutondera; omusajja n'omukazi bwe yabatonda. Katonda n'abawa omukisa: Katonda n'abagamba nti "mweyongerenga mwalenga mujjuze ensi mugirye; mufugenga eby'omu nyanja n'ebibuuka waggulu na buli ekirina obulamu ekitambula ku nsi."

Lubereberye 1:27-28

Wakiri omulundi gumu mu bulamu bwo, oyinza okwebuuza ebibuuzo ebikulu nga entandikwa, enkomerero, ekigendererwa n'amakulu g'obulamu. Era n'ogezaako n'okufuna okuddibwamu. Abantu bangi bagezaako engeri nyingi okufunira ebibuuzo ebyo eby'okuddamu naye era n'ebafa nga tebafunye kuddibwamu kutuufu.

Abantu ab'enzikiriza ez'enjawulo nga mu ba Ccayina, abagoberezi ba Kongfuze, aba Budda oba abasajja abamanyiddwa mulungereza nga Socrates, ne Strove baagezaako okufuna eby'okuddibwamu eri ebibuuzo bino ebikulu. Abagoberezi ba Kongfuze, bbo essira baaliteeka ku mpisa, nti empisa ennungi ze z'etaagibwa. Era n'afuna n'abagoberezi abawerako. Aba Budda bbo beeboneza okumala ebbanga ddene okusobola okuwona emitawaana gye nsi. Omusajja Socrates ye yanoonya eby'okuddibwamu mu ngeri ye.

Wabula, tewali ku bonna, yazuula eky'okuddamu eky'olubeerera, oba okutuuka ku mazima agannamaddala oba okufuna obulamu obutaggwawo. Ensonga, lwakuba amazima ag'akisibwa ng'ensi tennabaawo biba bya mwoyo ebitalabika oba okukwatibwako. Tosobola kufuna kuddibwamu kutegerekeka bulungi okukwata ku bulamu okutuusa ng'otegedde ekigendererwa n'okufaayo kwa Katonda Omutonzi w'ensi n'engeri Gyateekateekamu omuntu.

Katonda Yatonda abantu

Engeri ey'ekyewunyo ey'ebitundu by'omubiri, obutafaali, n'ebinywa, gy'ebyatondebwamu tesobola kugerageranyizika, Katonda ey'atonda omuntu mu ngeri eno ayagala okufuna abaana abatuufu Basobola okugabana n'abo omukwano emirembe n'emirembe. N'olw'ensonga eno, Katonda yakola omuntu mu kifaananyi kye era mu ngeri ye era azze ateekateeka omuntu era Ategese ne Gggulu.

Olwo, Katonda Yatonda atya ebintu byonna mu nsi, N'akola n'omuntu?

Ebitonde bya Katonda mu nnaku omukaaga.

Olubereberye 1 wanyonyola bulungi engeri Katonda gye Yatondamu eggulu n'ensi mu nnaku omukaaga. Katonda n'ayogera nti, "Wabeewo obutangaavu," era ne waba obutangaavu. Era n'ayogera nti, "Wabeewo ebbanga wakati mu mazzi, lyawulenga amazzi n'amazzi...." Era tukimanyi bulungi nti bwe kityo bwe kyali. N'okweyongerayo.

Nga bwe kigamba mu Abaebbulaniya 11:3, *"Olw'okukkiriza tutegeera ng'ebintu byonna byakolebwa kigambo kya Katonda, era ekirabika kye kyava kirema okukolebwa okuva mu birabika,"* Katonda Y'atonda ensi yonna na kigambo Kye.

Katonda yatonda ekitangaala ku lunaku olusooka, N'atonda eggulu ku lunaku olw'okubiri, era ku lunaku olw'okusatu, Yakung'anya amazzi agaali wansi w'eggulu n'egakung'anira mu kifo kimu, N'ayita olukalu "ensi" n'amazzi ag'akung'anidde mu kifo ekimu n'agayita "ennyanja." Katonda n'ayogera nti k'ensi emere ebimera: omuddo ogubala, ensigo, omuti ogw'ebibala, ogubala ebibala mu ngeri yaagwo, ogulimu ensigo yaagwo ku nsi. Ku lunaku olw'okuna, N'atonda omusana, omwezi n'emunyeeynye mu bbanga ery'eggulu, era omusana n'egufuga emisana, n'omwezi gufugenga ekiro. Olunaku olw'okutaano, N'atonda balukwata abanene, na buli ekirina obulamu ekyewalula, amazzi kye gaazaala mu ngeri yaago. Na buli ekibuuka ekirina ebyoya mu ngeri yaakyo. Ku lunaku olw'omukaaga Katonda yatonda ente, n'ekyewalula, n'ensolo z'ensi mu ngeri yaayo.

Omuntu yatondebwa mu kifaananyi kya Katonda.

Katonda omutonzi yateekateeka embeera okumala enaku mukaaga omuntu mwe yali ayinza okubeera, olwo N'atonda omuntu mu kifaananyi Kye. Katonda n'awa omuntu obuyinza obw'okufuganga ebitonde byonna, era n'amulagira okweyongeranga n'okubifuga

> *Katonda n'atonda omuntu mu ngeri ye, mu ngeri ya Katonda mwe yamutondera; omusajja n'omukazi bwe yabatonda. Katonda n'abawa omukisa; Katonda n'abagamba nti mweyongere mwalenga mujjuze ensi mugirye. Mufugenga eby'omunyanja n'ebibuuka waggulu na buli ekirina obulamu ekitambula ku nsi" (Olubereberye 1:27-28).*

Kati olwo Katonda Yakolera ddala atya, omuntu?

"Mukama Katonda n'abumba omuntu n'enfuufu y'ensi, n'amufuuwamu mu nnyindo omukka ogw'obulamu, omuntu n'afuuka omukka omulamu" (Olubereberye 2:7).

Mu lunyiriri luno, enfuufu etegeeza ebbumba. Omubumbi omukugu, ng'akoseza ebbumba erisingayo obulungi, akola ebibumbe eby'ebbeeyi. Obutafaananako na mubumbi wa kikula ekyo, ababumbi abalala bamala g'abumbabumba ebintu ng'amategula, oba bulooka.

Omuwendo ogw'ekibumbe gusinziira ku mubumbi, amagezi ag'ateekebwa mu kibumbe ekyo, ebbumba ery'akozesebwa ne ekintu ky'ennyini ekibumbiddwa. Nga Katonda Omuyinza w'ebintu byonna era Omutonzi bwe yabumba omuntu mu kifaananayi Kye. Kale yamubumba bulungi nnyo!

Nga amaze okutonda omuntu mu kifaanayi Kye okuva mu nfuufu, Katonda yamufuuwamu mu nyindo omukka ogw'obulamu, era ng'ogwo g'emaanyi ag'obulamu. Era awo omuntu n'afuuka omwoyo omulamu. Omukka ogw'obulamu g'emaanyi, era omwoyo wa Katonda.

Katonda afuuwa omukka ogw'obulamu mu muntu.

Bw'olowooza ku ngeri ettaala empaanvu gye yakamu, osobola okutegeera amangu enyo engeri omuntu gye yatondebwamu nga omwoyo omulamu. Bwoba oyagala ettaala eyo okwaka, osooka n'ogiteeka mu masanyalaze, wabula tesobola kwaka nga totaddeko swiki. Ttivvi eri mu nyumba yo, nayo ekola ky'ekimu, tosobola kulaba kintu kyonna okujjako ng'onyize eppeesa erigisaako. Era bw'ogisaako otandika okulaba n'okuwulira ebintu eby'enjawulo. Osobola okulaba n'okuwulira ekyo kyonna ekiri ku ttivvi ng'onyize bunyizi ppeesa erigisaako, wabula emabega wa ttivvi eyo, waliyo ebintu bingi eby'agatibwa awamu mu ngeri enzibu okusobola okuvaamu ekyo kyolaba.

Mu ngeri y'emu, Katonda teyakola kikula kya muntu kyokka, wabula n'ebitundu eby'omunda saako amagumba mu ye okuva mu nfuufu ey'omuttaka. Yakola emisuuwa omuyita omusaayi wamu n'obusimu bw'omumubiri gusobole okutuukiriza emirimu gyagwo awatali nsobi yonna.

Obuyinza bwa Katonda busobola okukyusa enfuufu n'efuuka omubiri ogugonda bwaba nga Ayagadde. Ng'amasanyalaze bwe gakkirizibwa okugenda mu kintu oli wayagalidde, Naye Yafuuwa omukka ogw'obulamu mu muntu. Era awo omusaayi mu muntu n'egutandiika okutambulirawo era n'asobola n'okussa saako okutambula.

Okwongereza kw'ebyo, olw'okuba Katonda akola obutundu obujjukira mu bwongo bw'omuntu, abantu basobola okuyingiza era ne bajjukira bye bayingiza mu bwongo bwabwe, ekyo kye bayingizza n'okukwata mu bwongo bwabwe g'egafuuka amagezi, era amagezi n'agafulumizibwa ng'ebirowoozo. Bw'okozesa amagezi g'ewatereka mu bwongo, kye bayita omuntu okuba omugezi oba ow'obwongo!

Wadde abantu bitonde butonde, bakulaakulanyizza amagezi

gaabwe n'ebyo bye bamanyi, n'ebatandika okukola ebintu eby'ekikugu mu ngeri ya sayansi, kati batuuka n'emubwengula, n'ebakola n'ebyuma bikalimagezi, n'ebabiyingizamu obubaka bungi bwe bakozesa nga bagadde, era n'ebaganyulwa ebitagambika mu byuma bikalimagezi ebyo, Ng'era Katonda bweyateeka obutofaali obujjukira mu bwongo bw'omuntu.

Batuuse n'ekussa ery'okukola ebyuma eby'ekikugu ebisobola okumanya nti lino eddoboozi lya muntu gundi, era nga bisobola n'okubaddamu singa biba bibuuziddwa. Era nga bakyayongera okukola ebisinga kwe byo ensi gye genda y'eyongera.

Olowooza eri Katonda Omuyinza wa buli kintu tekyali kyangu nnyo, okukola omuntu okuva mu nfuufu ey'omuttaka, N'amufuuwamu omukka ogw'obulamu asobole okufuuka omuntu alina obulamu! Kyangu nnyo eri Katonda Asobola okukola ekintu awatali kintu kyonna mwakigya. Wabula ng'ate kyantiise era kya kitalo eri omuntu. (Zabbuli 139:13-14).

Lwaki Katonda Ateekateeka Abantu?

Yesu atuyigiriza engeri Katonda gya teekateekamu omuntu okuyiyta mu ngero nyingi. Kubanga obwakabaka obw'omwoyo tebusobola kutegerekeka n'amagezi ga muntu, Yakozesebwa ebintu eby'okunsi mu ngero osobole okutegeera.

Ezisinga ku ngero zino zoogero ku kulima. Okugeza, waliwo olugero lw'omusizi (Matayo 13:3-23; Makko 4:3-20 Lukka 8:4-

15), olugero lw'empeke ya kaladali (Matayo 13:31-32; Makko 4:30-32; Lukka 13:18-19), Olugero olw'eng'ano ey'omunsiko mu ng'ano ennungi (Matayo 13:24-30, 36-43), olugero lwe nimiro ye mizabibu (Matayo 20:1-16), n'olugero lw'a balimi (Matayo 21:33-41; Makko 12:1-9; Lukka 20:9-16).

Engero zino zitulaga nti, nga abalimi bwe beerula ennimiro zaabwe, ne basiga ensigo, ne bazirabirira zikule bulungi, olwo n'ebalyoka bakukungula ebivuddemu, atonda n'ateekateeka omuntu ku nsi kuno era ajja kwawula eng'ano mu bisusunku.

Katonda ayagala okugabana okwagala okwannama ddala n'abaana Be.

Katonda talina bwakatonda bwokka naye alina n'obwo buntu. Obwakatonda ge maanyi agayinza byonna era agamanya byonna aga Katonda Omutonzi yenyini, ate obw'obuntu ye ndowooza y'omuntu. N'olwekyo, Katonda yatonda era afuga ensi yonna, abantu bonna okuva olubereberye, n'obulamu. Naye Asanyuka, Anyiiga, Anakuwala, Yeyagala era ayagala okugabana essanyu n'abaana Be.

Baibuli etulaga emirundi mingi nnyo, nti Katonda alina ekikula eky'abantu, Katonda ajjaguza era n'awa omukisa abantu beyatonda mu kifaananyi kye omukisa bwe bakola ebyo ebituufu. Era anakuwala n'eyemulugunya mu busungu bwe bakola ebibi. Katonda ayayaana okwogeraganya n'abaana Be n'okubawa ebirungi nga bwe kitera okulagibwa mu kigambo kya Katonda.

Singa Katonda yalina kya bwakatonda kyokka, teyandyetaaze

kuwummula oluvanyuma lwe nnaku omukaaga z'eyatonderamu ensi, era teyandyagadde ffe kussa kimu naye, nga atugamba nti "musabenga obutakoowa" (1 Abasessaloniika 5:17), ye "Mpita nange naakuyitaba n'enkwolesa ebikulu n'ebizibu by'otamanyi" (Yeremiya 33:3).

Ebiseera ebimu oyagala okubeera obw'omu, naye ate oyinza okuba omusanyufu ebiseera ebimu bwoba n'omuntu bwe mulowooza obumu ayinza okugabana okwagala kwe naawe. Mu ngeri y'emu, Katonda yatonda omuntu mu kifaananyi kye kubanga ayagala okugabana okwagala kwe n'omuntu omulala. Ali mukuteekateeka emyoyo gy'abantu ku nsi kuno Kubanga Ayagala abaana be abatuufu, abayinza okutegeera omutima Gwe n'okumwagala okuva mu mitima gyabwe.

Katonda Ayagala Abaana Abamugondera nga Beeyagalidde.

Abamu bayinza okwewuunya lwaki Katonda yatonda abantu era azze abateekateeka wadde nga waliyo bamalayika bangi abamugondera n'eggye mu ggulu. Lwakuba tebalina misoso gya bantu ate nga gy'emikulu ennyo mu kugabana okwagala. Mu bufunze tebasobola kwesalirawo ku bwabwe. Bagondera bugondezi biragiro nga balinga ebyuma bikalimagezi ebikola emirimu, naye tebasobola kusanyuka, kunyiiga, kuwulira nnaku, oba kwesiima. N'olwekyo tebayinza kugabana mukwano na Katonda okuva ku ntobo ye mitima gyabwe.

Okugeza, ka tugambe nti olina abaana babiri. omu kubo agoberera bugoberezi biragiro byo nga takulaga kyawulira muli, takuwa ndowooza ye, oba okukulaga nti akwagala, wabula ng'alinga kyuma kyebakola okutuma ng'era ky'omutuma kyakola. Kyokka ng'omulala olumu akunyiiza ate namala n'eyejjusa era n'amala n'akwesibako mungeri ey'okukwagala era nga ye ayogera kyawulira mu ngeri nnyingi. Awo ani gw'oba osinga okwagala? Butereevu, ono ow'oluvanyuma.

Katugeze olina ekyuma ekifumba, ekirongoosa enyumba, era nga kikuweereza. Buli kimu. Wadde kiri bwe kityo, tosobola kwagala kyuma ekyo okusinga abaana bo. Ekyuma ekyo n'ebwekiba kikukolera bingi n'okukuyamba ennyo, tekisobola kutwala kifo ky'abaana bbo

Mu ngeri yemu, Katonda asinga kwagala Bantu abamugondera mu ssanyu, nga beesaliddewo olw'ensonga ezitali zimu n'olwekyo kye bawulira, okusinga bamalayika n'eggye ly'eggulu, abeeyisa ng'ebyuma eby'akolebwa okukola emirimu. Awo abantu abawa eddembe ery'okwesalirawo n'ekigambo Kye. Olwo n'alyoka abasomesa ebibi n'ebirungi n'ekkubo ery'okulokoka n'okufa. Alinda n'obuguminkiriza okutuusa lwe bafuuka abaana batuufu.

Katonda Ateekateeka abantu n'okwagala okw'ekizadde.

Kiwandiikiddwa mu Olubereberye 6:5-nti *"Mukama n'alaba obubi bw'omuntu nga bungi ku nsi, n'abuli kufumiintiriza kwe birowoozo eby'omumutima gwe nga kubi kwereere bulijjo. Mukama n'eyejjusa kubanga yakola omuntu mu nsi n'anakuwala mu mutima gwe."*

Tukitwale nti kino Katonda yali takimanyi nti kiribeerawo bwe yali atonda omuntu? Yali akimanyi bulungi. Katonda amanyi byonna era Y'ayinza byonna n'olwekyo kino yali akimanyi bulungi ng'ebiseera tebinaabaawo. Naye wadde guli gutyo, Yatonda abantu era abadde abateekateeka.

Bwe muba muli bazadde, kino muyinza okukitegeera amangu. Engeri gye kiri ekizibu okuzaala abaana n'okubakuza! Omukyala ngali lubuto, afuna ebimusumbuwa bingi omuli n'okwagala okusesema emyezi omwenda gy'amala n'olubuto. Ate bwatuuka okuzaala obulumi bwayitamu n'abwo tebulojjeka, okwo saako okumuyonsa, okumwambaza, okumusomesa, Abazadde beewayo nnyo era n'ebakola emisana n'ekiro okulabirira abaana baabwe. Abaana bwe baba tebanadda waka ng'obudde buzibye abazadde beerarikirira, bwe balwala, abazadde baabwe be basing okuwulira ng'abalwadde okusinga abaana abalwadde.

Lwaki abazadde bakkiriza ne bazaala wadde ng'abamanyi obulumi obwo bwonna, n'obuvunaanyizibwa bw'okukuza abaana? Ensonga eri nti, abazadde baagala ekintu ky'ebanaagabana n'akyo okwagala, okugeza abo bebanayagala nga bebakeera n'ebazaala, n'abo n'ebabagala nga bazadde baabwe okuva ku ntobo y'emitima gyabwe. Eri abazadde n'obulumi obwo bubawa ssanyu. Ate abaana bwe bafaanana bazadde baabwe, bakisanyukira nnyo. Tetuyinza kugamba nti abaana bonna bagondera bazadde baabwe, abamu bagala era n'ebagondera bazadde baabwe, abalala n'ebababonyabonya.

Mu ngeri y'emu, okumanya obulumi bwonna obuli mu kukuza abaana, abazadde ebyo tebabitwala nga bulumi. Ate bafuba bufubi, nga basuubira nti abaana baabwe bajja kuvaamu bulungi era bafuuke essanyu lyabwe. Mu ngeri y'emu, Katonda yali akimanyi nti abantu bajja kumujjemera, bafuuka balyake, era bamunakuwaze nnyo, naye era Yali akimanya nti wajja kubaawo abo abaana abatuufu abanaagabana Naye okwagala. Ye nsonga lwaki Katonda yatonda abantu era abadde abateekateeka mukwagala.

Katonda Ayagala Okugulumizibwa abaana be abatuufu.

Katonda ateekateeka emyoyo gy'abantu wano ku nsi si kufuna baana batuufu kyokka, wabula n'okugulumizibwa okuyita mu bbo. Katonda asobola okugulumizibwa ba malayika bonna ab'eggulu, n'eggye ery'omuggulu, Naye nga kya yagala kwe kugulumizibwa abaana be beyeteekeddeteekedde, abaana be abatuufu okuva ku ntobo ze mitima gyabwe.

Katonda agamba mu Isaaya 43:7 nti *"Buli muntu eyatuumibwa erinnya lyange era gwe nnatondera ekitiibwa kyange; nze n'amubumba weewaawo, namukola,"* era nakulagira mu 1 Abakkolinso 10:31, *"Kale oba nga mulya oba munywa, oba nga mukola ekigambo kyonna, mukolenga byonna olw'ekitiibwa kya Katonda."*
 Katonda ye Mutonzi, ye Kwagala era Mwenkanya. Yawayo Omwana we omu yekka okutulokola, era n'ategeka eggulu n'obulamu obutaggaawo. Katonda asaanidde n'okusingawo okugulumizibwa. Ekirala Katonda ayagala okuddiza ekitiibwa eri

abo abakimuwa. N'olwekyo olina okufuuka omwana wa Katonda omutuufu asobola okugabana Naye okwagala olubeerera ng'otegeera nti Katonda ayagala okugulumizibwa okuyita mu baana be beeyeetekeratekera mu ngeri ey'omwoyo.

Katonda ayawula Eng'ano mu Bisusunku

Abalimi bateekateeka ennimiro kubanga baagala okukungula ebirime mu bungi. Katonda naye ateekateeka emyoyo gya bantu ku nsi okusobola okufuna abaana abatuufu abatakoma ku kumwagala n'okumugulumiza okuva ku ntobo z'emitima gyabwe kyokka, wabula n'okugabana Naye okwagala mu ggulu emirembe gyonna.

Bulijjo mukukungula, wabaawo eng'ano n'ebisusunku, era abalima baawula engano mu bisusunku, ne batereka engano mu byaagi byabwe, wabula ebisusunku n'ebabyokya n'omuliro. Mu ngeri y'emu, Katonda ajja kwawula eng'ano okuva mu bisusunku ku nkomerero y'okuteekateeka emyoyo gy'abantu:

Olugali lwe luli mu mukono gwe, naye alirongoosa nnyo Egguuliro lye; alikunganyiza engano mu ggwanika, naye ebisusunku alibyokya n'omuliro ogutazikira (Matayo 3:12).

N'olwekyo, olina okukkiririza ddala nti Katonda ateekateeka emyoyo gy'abantu ku nsi, era mu kiseera Kye ekituufu alikung'anya engano – abaana abatuufu n'abatwala mu ggulu okufuna obulamu obutaggwaawo, naye alyokya ebisusunku n'omuliro gwa geyeena ogutazikira.

Awo, katweyonge okumanya bantu ki abayitibwa engano n'ebisusunku mu maaso ga Katonda, era tumanye ne bifo eggulu ne geyeena bwe bifaanana.

Engano n'ebisusunku.

Engano kabonero akalaga abo abakkiriza Yesu Kristo, ne batambulira mu mazima era n'ebagabana omukwano ne Katonda. Be baana ab'ekitangaala abakomyawo ekifaananyi kya Katonda, ekyali kyabula, era ne bakola buli Katonda kyalagira.

Okwawukanako n'ekyo, ebisusunku kabonero akalaga abo abatakkirizanga Yesu Kristo, oba abo abagamba nti bakkiriza naye nga tebatambulira mu kigambo kya Katonda, wabula bagoberera okwegomba kwabwe okubi.

1 Timoseewo 2:4 wanyonyola nti Katonda waffe y'oyo *"ayagala abantu bonna okulokoka era okutuuka mukutegeerera ddala amazima."* Ekyo kitegeeza nti Katonda ayagala abantu bonna okuba eng'ano era bayingire obwakabaka obw'o mu ggulu. Katonda agezaako okukulaga kino mu ngeri nyingi era n'okukulungamya eri ekkubo ery'obulokozi. Naye, abantu abamu bakomekereza okwagala kwa Katonda n'okufaayo bakubusizza amaaso nga bagoberera bbo bye bagala. Abantu bano bafaanana nga nsolo mu maaso ga Katonda kubanga bajoolonze ekitiibwa ky'omuntu.

Abalimi bookya ebisusunku mu muliro oba n'ebabikoseza

ng'ebigimussa kubanga singa engano n'ebisusunku bibeera wamu mu kyagi, eng'ano eba ejja kuvunda. N'olwekyo, Katonda. Tajja kukkiriza bisusunku mu bwakabaka obw'eggulu eyo engano gyeribeera. Okujjako ensolo, ye omuntu omwoyo gwe tegufa kubanga Katonda yamufuuwamu omuka ogw'obulamu bwe yamutonda. N'olwekyo Katonda tayinza kuleka bisusunku kugendera awo, oba okubireka obutabaako mugaso.

Katonda ateekeddwa okukunganyiza engano muggulu era n'abaleka n'ebeeyagalira mu ssanyu eritaggwawo, era ayokye ebisusunku mu muliro gwa geyena oguatazikira emirembe n'e mirembe. N'olwekyo kino olina obutakyerabira okwewala okusuulibwa mu muliro gwa geyeena.

Obulungi bwe Ggulu ne ntiisa Ya Geyeena.

Ku ludda olumu, eggulu dungi nnyo nti tosobola kuligerageranya n'akintu kyonna mu nsi muno. Okugeza, ebimuli mu nsi eno bituuka n'ebikala, naye ebimuli mu Ggulu tebiwotoka n'ewankubadde okukala kubanga buli kimu mu Ggulu kyalubeerera. Enguudo z'akolebwa mu zaabu atangalijja ng'endabirwamu, omugga ogw'obulamu gutemagana ng'amayinja ag'omuwendo guba guyitamu n'amayumba gazimbibwa eby'okwewunda ebisingayo obulungi. Buli kimu kirungi nnyo nti kikumalako eby'okwogera ng'obirabye.

Ku ludda olulala Geyeena kye kifo envunyu gye zitafa, n'omuliro teguzikira. Buli omu alirungibwamu omuliro (Makko 9:48-49) kyokka waliwo n'enyanja erimu ekirungo ekyaka ennyo, ng'ekubisaamu emirundi musanvu okwokya ku nyanja ey'omuliro (Okubikkulirwa 20:10, 15). Abantu abatalokoleddwa balina okubeera mu nyanja ey'omuliro ogutazikira oba enyanja erimu ekirungo ekyaka ennyo emirembe n'emirembe. Nga kya ntiisa okubeera eyo emirembe gyonna.

Yesu kye yava ayogera mu Makko 9:43 nti *"Waakiri ggwe okuyingira mu bulamu, ng'obuliddwako ekitundu, okusinga okugenda mu ggeyeena ng'olina emikono gyombi."*
Lwaki Katonda kwagala akola ggeeyeena embi bwetyo! n'eggulu eddungi okukamala? Singa abantu ababi bakirizibwa okuyingira mu kifo abantu abalungi era abagalwa Katonda gye balibeera, kijja kuluma nnyo ate n'ekirala eggulu lijja kwonoonebwa obubi. Mu bufunze, Katonda yakola ggeyeena kubanga ayagala abantu era ayagala okuwa abaana be ekyo ekisingirayo ddala.

Okulamula ku Namulondo Ennene Enjeru.

Nga omulimi bwasiga ensigo n'azikungula mwaka ku mwaka, Katonda azze ateekateeka emyoyo gy'abantu okuva Adamu lwe yagobwa mu Lusuku Edeni era anaakolanga bwatyo okutuusa Yesu lwalidda nate.

Katonda yalaga okwagala Kwe eri bajjajja b'okukkiriza nga Nuuwa, Iburayimu, Musa, Yokaana omubatiza, Peetero, n'omutume Paulo. Leero Y'eyongeera okuteekateeka emyoyo gy'abantu okuyita mu baweereza be n'abakozi. Naye, nga buli ntandikwa bwe baako enkomerero, okuteekateeka abantu tekuliba kwa lubeerera.

2 Peetero 3:8 atukubiriiza nti *"Naye kino kimu temukyerabiranga, abaagalwa, nga eri Mukama waffe olunaku olumu luli ng'emyaka olukumi, n'emyaka olukumi giringa olunaku olumu."* Nga Katonda bwe yawummula ku Lunaku olw'omusanvu oluvanyuma lw'enaku omukaaga-ez'okutonda ensi, okujja kwa Yesu n'ekyasa ekipya, ekiseera kya sabiiti kijja kujja oluvannyuma lw'emyaka kakaaga nga Adamu amaze okujjeema. Ekyo nga kiwedde, okuyita mu kusala omusango ku Nnamulondo ennene enjeru, Katonda ajja kukkiriza eng'ano okuyingira eggulu era alisuula ebisusunku mu muliro gwa geyeena.

N'olwekyo, mbasabira mu linya lya Mukama Yesu Kristo, mutegeere okwagala n'ekigendererwa kya Katonda eky'okuteekateeka abantu mu kwagala, mu beere mubulamu obw'omukisa era muMugulumize n'essuubi ery'amaanyi ery'eggulu.

Essuula 3

Omuti ogw'okumanya obulungi N'obubi

- Adamu Ne Kaawa mu lusuku Adeni
- Adamu Yajjeema yeeyagalidde
- Empeera ye kibi Kufa
- Lwaki Katonda yateekawo omuti ogw'okumanya?

···OBUBAKA BW'OMUSALABA

Mukama Katonda n'atwala omuntu, n'amuteeka mu lusuku Adeni alulimenga alukuumenga. Mukama Katonda n'alagira omuntu nti Buli muti ogw'omu lusuku olyangako nga bw'onooyagalanga: naye, omuti ogw'okumanya obulungi n'obubi togulyangako: "kubanga olunaku lw'oligulyako tolirema kufa."

Olubereberye 2:15-17

Abo abatamanyi kwagala kwannama ddala okwa Katonda Omutonzi n'ekigendererwa kye eky'okweteekeratekera abaana be abatuufu, ayinza okubuuza, "Lwaki Katonda yateeka omuti ogw'okumanya obulungi n'obubi mu lusuku Adeni?" "Lwaki yaganya omuntu eyasooka, okugenda mu kkubo ery'okuzikirira?" Balowooza nti osanga omuntu teyandifudde nti era yandyeyagalidde mu lusuku Adeni olubeerera singa Katonda teyateekawo muti ogwo.

Abamu batuuka n'okugamba ebintu nga bino nti "Katonda ayinza okuba teyamanyirawo nti Adamu alirya ekibala ky'omuti ogw'okumanya obulungi n'obubi" Kubanga tebakkiriza nti Katonda amanyi byonna era y'ayinza byonna. Naye nga ddala yateeka omuti gw'okumanya obulungi n'obubi nga takimanyi nti Adamu aliyonoona mu dda? Tekiyinza kuba bwe kityo!

Kati awo, lwaki Katonda yateeka omuti ogw'okumanya obulungi n'obubi wakati w'olusuku Adeni? Lwaki Adam yajjeemera ekiragiro kya Katonda era n'agwa mu kkubo ly'okufa?

Adamu Ne Kaawa mu Lusuku Adeni

Katonda yakola omuntu okuva mu nfuufu y'ensi era n'amufuuwa mu nyindo ze omuka ogw'obulamu, era bwatyo omuntu n'afuuka omulamu (Olubereberye 2:7). Omuntu omulamu aba omwoyo omulamu atamanyi ddi lwe yatondebwa. Ka tutwale eky'okulabirako kino ekyangu. Omwana ey'akazaalibwa aba talina kyamanyi, omwana ono aba n'obusimu obujjukira mu bwongo bwe, naye aba talina kye yali alabye, kye yali awulidde, oba okusomesebwa ekintu kyonna, n'olwekyo omwana oyo byakola biba mu ye mu ngeri ey'obutonde.

Mu ngeri y'emu, Adamu teyalina magezi ga mwoyo ag'amanya ddi lwe yatondebwa aly'oke afuuke omuntu omulamu.

Adamu y'amanya ebikwata ku bulamu okuva eri Katonda.

Katonda yasimba olusuku ebuva njuba, mu Adeni era n'ateekamu Adamu. Katonda n'awa Adamu amagezi g'obulamu n'amazima nga bali bokka, ng'atambula naye buli wamu okumulaga buli kimu, Adamu asobole okumanya engeri y'okufuga n'okulabirira olusuku Adeni.

Olubereberye 2:19 wasoma, *"Mukama Katonda n'akola n'ettaka buli nsolo ey'omunsiko, na buli ekibuuka waggulu; n'abireetera omuntu, okulaba bwanaabiyita: n'omuntu buli ly'eyayita ekitonde kyonna ekiramu eryo lye linnya lyakyo."* Adam yasomesebwa amagezi ag'obulamu agaali g'amusobozesa okufuga ebintu byonna.

Era Katonda ekya Adamu okubeera yekka tekyamulabikira bulungi. N'olwekyo Katonda kye yava amwebasa ennyo, asobole okumukolera omuyambi amusaanira. Katonda n'agyamu olumu ku mbirizi z'omusajja n'azzaawo ennyama mu kifo ky'alwo, ng'omusajja akyebase. Awo Katonda n'atonda omukazi okuva mu lubirizi lwe yali agye mu musajja, n'amuleeta eri omusajja. Katonda n'aleka omusajja n'atabagana ne mukazi we, era ne bafuuka omuntu omu (Olubereberye 2:20-22).

Kino tekyali nti lwakuba Adamu kennyini ye yawulira okuwubaala, naye olw'okuba Katonda yali bw'omu okumala ebbanga ddene ng'ebiro tebinnabaawo, era n'amanya obw'omu bwe buluma, Okwagala kwa Katonda okungi n'ekisa, bya muwaliriza okukolera Adamu omuyambi, era olw'okuba yamanyirawo embeera ya Adamu, n'abawa omukisa Adamu ne Mukazi we ogw'okuzaala, n'okweyongera bajjuze ensi.

Okuwangala kwa Adamu mu Lusuku Adeni.

Kati olwo, Adamu ne mukazi we Kaawa, baamala bbanga ki mu lusuku Adeni? Baibuli kino tekyogerako mu bujjuvu, naye olina okukimanya nti babeera mu lusuku luno ebbanga ddene okusinga abantu abasinga bwe balowooza.

Baibuli etubuulira ebikwata ku kino mu nyiriri ntono nnyo, era abantu kye bava balowooza nti Adamu ekibala yakirya n'asobya nga baakateekebwa mu lusuku Adeni. Abamu babuuza, "Baibuli egamba nti omuntu y'akamala ku nsi emyaka kakaaga gyokka, naye ate ebisigalira ebiraga nti bya myaka gya bikumi n'abikumi emabega, okinyonyola otya?"

Omuntu yatandika okuteekebwateekebwa okusinziira ku Baibuli, emyaka kakaaga emabega, oluvanyuma lwa Adamu ne Eva nga bamaze okugobebwa mu Lusuku. Teyogera ku myaka emingi gye baabeereramu mu lusuku Adeni. Olw'okuba ekiseera kiwanvu kyayitawo, enkyukakyuka nyingi z'atukawo ku bintu ng'amayinja, n'ebifo, saako emijiji n'emijiji gy'ebyo ebisa, okuzaalibwa n'okufa. Nga bwe kirambululiddwa mu ssuula esooka.

Nga Katonda bwe y'awa Adamu n'emukazi we omukisa mu Olubereberye 1:28, Omusajja ono Adam ey'asooka ku nsi, bwe yali nga tannakolimirwa, yali atambudde ne Katonda era ng'azadde abaana bangi okumala ebbanga. Era n'ajjuza n'olusuku adeni. Ng'eyali afuga ebitonde byonna, Adamu y'ekozesa omukisa guno n'afuga era n'alabirira ensi wamu n'olusuku Adeni.

Adamu Yajjeema yeeyagalidde

Katonda y'awa Adamu ne Kaawa buli omu eddembe ly'okwesalirawo, era n'abakkiriza okweyagalira mu lusuku nga bwe baagala. Naye, waaliwo ekintu kimu kye yabagaana. Katonda yabalagira obutalya ku muti ogw'okumanya obulungi n'obubi.

Singa Adamu yali ategedde omutima gwa Katonda omunene, era n'amwagala n'omutima gwe gwonna, teyandiridde kibala eky'amugaanibwa kubanga ekiragiro kya Katonda yali akimanyi. Naye, Adamu teyagondera kiragiro kino ekimu kyokka, kubanga yali tayagala Katonda mu mazima.

Katonda yateeka omuti ogw'okumanya obulungi n'obubi mu lusuku Adeni era n'ateekawo etteeka ekakali wakati wa Katonda n'omuntu. N'aleka omuntu okugondera ekiragiro kino mu kwagala kwe. Lwakuba yali ayagala okufuna abaana abatuufu abamugondera okuva ku ntobo y'emitima gyabwe.

Adamu teyafa ku kigambo kya Katonda.

Mu Baibuli, Katonda emirundi mingi asuubiza emikisa eri abo abanyikira okuwulira ebiragiro Bye n'okukwata ekigambo Kye (Eky'amateeka olw'okubiri 15:4-6, 28:1-14). Naye, nga ani agondera ebiragiro bye byonna? Ne Baibuli eky'ogerako nti waliyo abantu batono nnyo mu nsi abakisobola.

Katonda ateekwa okuba nga yayigiriiza omuntu eyasooka Adamu nti wakweyagalira mu bulamu obw'olubeerera n'emikisa singa anaagondera Katonda, nti naye w'akugenda mu kufa okw'oluberera singa anaajjeemera Katonda. Katonda yamulabula obutalya ku muti ogw'okumanya obulungi n'obubi.

Naye Adamu ne Kaawa tebatwala kiragiro kya Katonda ng'ekikulu, n'ebalya ekibala eky' agaanibwa. Seetani yagezaako okutabangula enteekateeka ya Katonda ey'okufuna abaana abatuufu era ab'omwoyo okuva ku ntandikwa. Era setaani y'alwa ddaaki n'abakema n'ebakkiriza okukirya okuyita mu musota ogwali omukalabakalaba okusinga ensolo zonna ez'omunsiko (Olubereberye 3:1). Adamu ne Kaawa baamenya etteeka lya Katonda. Naye, ddala Adamu yamenya atya etteeka lya Katonda wadde nga yali omwoyo omulamu era nga yali yasomesebwa bya mazima byokka okuva eri Katonda.

Mu Olubereberye 2:15, tulaba nga Katonda y'awa Adamu obuyinza okufuga n'okulabirira olusuku Adeni. Adamu yafuna amaanyi n'obuyinza okuva eri Katonda okufuga n'okulukuuma. Katonda Y'amuwa obuyinza okulukuuma, Setaani n'omulabe, baleme okuluyingiramu. Wabula era, Setaani teyalemwa kufuga musota, ogw'akema Adamu ne Kaawa. Naye kino kyasoboka kitya?

Mu kigambo, Setaani mwoyo omubi ogulina obuyinza okufuga ebbanga, era setaani talina kikula kyonna. Mu Abaefeeso 2:2, Setaani ayogerwako nga *"Omukulu w'obuyinza bw'omubbanga, omwoyo ogukoza kaakano mu baana abatawulira."* Kubanga Setaani alinga amayengo ga leediyo agayitira mu bbanga, Setaani yasobola okutuuka n'okukozesa omusota mu lusuku Adeni okukema Adamu ne Kaawa. Lubereberye 1 w'alaga ebigambo eby'enjawulo eby'agenda bidding'ana, buli ku nkomerero y'olunaku olw'okutonda, Baibuli eddingana nti, "Katonda n'alaba nga kirungi," Ebigambo bino tebyayogerwa ku lunaku olw'okubiri ebbanga bwe lyatondebwa.

Era mu Abaefeeso 2:2 w'ogeera ku biseera *"bye mwatambulirangamu edda ng'emirembe egy'ensi eno bwe giri, okugobereranga omukulu w'obuyinza obw'omu bbanga, omwoyo ogukoza kaakano mu baana abatawulira"* Katonda yakimanyirawo nti emyoyo emibi giriba n'obuyinza ku bwakabaka obw'omu bbanga.

Kaawa yagwa mu kutego k'omusota.

Omusota gwe gumu ku nsolo ez'omunsiko. Gwasobola gutya okukema Kaawa okujjeemera ekiragiro kya Katonda? Mu lusuku Adeni, abantu bali basobola bulungi okwogera n'ebitondo byonna ng'ebimuli, emiti, ebinyonyi ebisolo by'omutale n'ebirala. Era Kaawa yali asobola okwogera n'omusota. Mu kusooka, emisota gyali gyagalibwa nnyo abantu era nga bategeragana bulungi nga tebiringa naku zino. Gyali miweweevu, miyonjo, miwanvu, myetoolovu era nga migezi okutuuka okuba nga Kaawa yagyagalanga nnyo. Gyali gimumanyi bulungi era nga gimusanyusa. Nga bwolaba embwa ezagaalibwa bakama baazo olw'okuba engezi era nga ziwulira bye baziragira okusinga ebisolo ebiralala.

Naye, abantu bangi bagamba, "Emisota mibi nnyo, gya busagwa era sisobola n'akugisemberera." Emisota bagikyayirawo ng'abakategeera, olw'okuba omusota gwe gwalimbalimba omusajja eyasooka Adamu ne Kaawa mukazi we okujjeemera ekiragiro kya Katonda era ne basindikirizibwa mu kufa.

Okutegeera ekikula ky'omusota, olina okutegeera ekika ky'ettaka ery'asookawo. Buli kika kya ttaka kyanjawulo okusinziira ku mayinja oba ebirungo ebikirimu. Kisinziira ku birungo ebiteereddwamu ebifuula ettaka okuba eddungi oba ebbi. Katonda bwe yali atonda buli kisolo eky'okutale n'ebinyonyi eb'yomubbanga, Yatonderanga buli kitonde ekika kye ttaka mwekisobola okubeera obulungi (Olubereberye 2:19).

Katonda mu kusooka teyatonda musota nga mukalabakalaba. Yagutonda nga mugezi ekimala okwagalibwa abantu. Naye, omusota n'egufuuka mukalakalaba ng'omwoyo omubi gumaze okuguyingiramu. Singa omusota tegwakkiriza ddoboozi lya Setaani ne gukola ebyo Katonda by'ayagala byokka, gwandifuuse mugezi ddala era ekisolo ekirungi. Naye kubanga gwa wuliriza era n'egugondera eddoboozi lya Setaani, omusota gw'afuuka mukalakalaba ogw'alimba Kaawa okugwa mu kufa.

Kubanga Kaawa yakyuusa ekigambo kya Katonda.

Omusota gwamanya Katonda kye yagamba Adamu: "tolina kulya ku muti. Bwo lirya ku muti ogw'okumanya obulungi n'obubi, tolirema kufa." Bwe gutyo omusota n'egubuuza Kaawa mungeri ey'ekikalabakalaba nti, "Bwatyo bwe yayogera Katonda nti temulyanga ku muti gwonna mu lusuku?"
Eva yaddamu atya omusota?

Omukazi n'agamba omusota nti Ebibala by'emiti egy'omulusuku tulya; wabula ebibala by'omuti oguli wakati mu lusuku, Katonda yayogera nti Temugulyangako newankubadde okugukwatangako muleme okufa (Olubereberye 3:2-3).

Okulabula kwa Katonda eri Adamu kwali kutegerekeka bulungi nti: *"Tolyanga ku muti. Bwoligulyako,"* tolirema kufa (Olubereberye 2:17). Yakirumiriza nti tebalibeera balamu lwe balirya ku muti. Wabula, okuddamu kwa Kaawa tekwalaga bulungi kulumiriza kuno. Yaddamu nti "muleme okufa" teyayogera nti "temulirema" ekitegeeza nti "Bwe mulya ku muti muyinza okufa oba obutafa."

Teyakuuma kiragiro kya Katonda mu mutima gwe, era Ekigambo kya Katonda yali akibusabuusaamu Omusota bwe gwawulira okuddamu kwe okutali kwesimbu era nga kulimu okubusabuusa, ne gwanguwa okumukema ennyo. Era ne gujungulula n'ekiragiro kya Katonda. Omusota ne gugamba omukazi, "okufa temulifa." Era n'egutandika okukyusa ekiragiro kya Katonda era ne gumusendasenda: *"Kubanga Katonda amanyi nti olunaku lwe muligulyako mmwe, amaaso gammwe lwe galizibuka, nammwe muliba nga Katonda, okumanyanga obulungi n'obubi."* (Olubereberye 3:5) N'egwongera okumukema nga gusomooza okwagala okumanya mu ye.

Kaawa yajjeema yeeyagalidde.

Setaani bwe yamala okuteeka mu mukazi ebirowoozo by'okwagala okwonoona okuyita mu ndowooza ye etali ya mazima, omunti gw'amulabikira nga gwa njawulo okuva ku kyeyali alaba bulijjo. Olubereberye 3:6 wasoma nti, *"Omukazi bwe yalaba ng'omuti mulungi okulya, era nga gusanyusa amaaso, n'omuti nga gwa kwegombeka okuleeta amagezi, n'anoga ku bibala byagwo n'alya, n'awa ne ku musajja naye n'alya."*

Yandyegobyeko okukemebwa kw'omusota mbagirawo. Naye Okwegomba kw'omuntu amaaso ge ag'egomba, n'okwemanya bye byamulya obwongo era n'ebimusindiikiriza mu kibi eky'obujjeemu.

Abamu bagamba, "Adamu ne Kaawa balya ku kibala ky'omuti ogw'okumanya obulungi n'obubi kubanga balinamu ekikula ky'obwonoonyi mu bo?" Nedda, tebaalinamu kikula kya bubi naye bulungi bwokka bwe baalina nga tebannaba kujjeema. Baali baddembe okukola buli kye baagala, okulya oba obutalya kibala eky'agaanibwa Katonda okuliibwa.

Ebiseera bwe byayitawo, baatandika obutafa ku kiragiro kya

Katonda. Awo Setaani n'abakema okuyita mu musota era n'ebawuliriza okukemebwa okwo. Mu ngeri eyo, ekibi n'ekijja okuyita mu bbo era n'ebamenya etteeka Katonda lye yali Yateekawo. Eno ye ngeri y'emu ey'abaana okukuliramu ekibi. N'omwana ey'eyisa obubi ennyo nga n'enjogera mbi, tasooka kuba mubi bw'aba yakazaalibwa. Okusooka, atandikira mukuyeeyereza bigambo bya banne ebibi wadde nga tamanyi ky'ebitegeeza, Oba ayinza okulaba akalenzi akasamba munne waako, naye n'atandika okunyumirwa okusamba banne, nga bwabalaba bwe bakaaba. Bwatyo agenda yeeyongera era ekibi kino kigenda kimukuliramu.

Mu ngeri y'emu, Adamu teyalina kikula kya bubi mu ye olubereberye. Bwe yajjeemera ekiragiro kya Katonda n'alya ku muti nga yeeyagalidde, ekibi kyazaalibwa era obubi n'ebukulira mu ye.

Empeera ye kibi Kufa

Nga Katonda bwe yagamba Adamu nti, "Tolyanga ku muti ogw'okumanya obulungi n'obubi. Bwoligulyako, tolirema kufa" Amazima ddala Adamu ne Kaawa baafa nga bamaze okulya ku muti. Mu Yakobo 1:15 wagamba, *"okwegomba okwo n'ekulyoka kuba olubuto n'ekuzaala okwonoona, n'okwonoona okwo bwe kumala okukula n'ekuzaala okufa."*

Abaruumi 6:23 wakuyigiriza etteeka ly'ensi ey'omwoyo ku biva mu kibi, *"Empeera y'ekibi, Kufa."* Katulabe engeri okufa gye kwajja eri Adamu ne Kaawa olw'obujjeemu bwabwe.

Okufa kw'Emwoyo gyabwe.

Katonda yagamba bulungi nnyo Adamu nti, "Tolirema kufa bw'olilya ku muti ogw'okumanya obulungi n'obubi." Wabula tebafiirawo nga bakajjeemera ekiragiro kya Katonda. Bawangalira ddala era ne bazaala n'abaana abalala bangi. Kati olwo, "Kufa" ki Katonda kwe yalabulako?

Katonda yali tategeeza kufa kwa mibiri gyabwe, naye okufa okw'emyoyo gyabwe. Abantu batondebwa n'emyoyo egisobola okwogera ne Katonda, emeeme nga ye muddu w'omwoyo, n'omubiri, omwoyo ne meeme zaabwe mwe zituula. 1 Abasessaloniika 5:23 wagamba nti Abantu bakolebwa omwoyo, emmeme n'omubiri. Adamu ne Kaawa bwe bajeemera ekiragiro kya Katonda, emyoyo gyabwe nga gye gifuga omuntu gyafa.

Katonda talina bbala lyonna era taliiko kamogo konna, Era ye mutuukirivu oyo atuula mu kitangaala ekitatuukikamu, n'olwekyo aboonoonyi tebasobola kubeera Naye. Adamu yali ayogera ne Katonda ng'akyali Omwoyo omulamu, naye yali takyasobola kwogera ne Katonda ng'omwoyo gwe gumaze okufa olw'ekibi.

Entandikwa y'obulamu obw'obulumi.

Olusuku Adeni lwali lunene nnyo era nga kifo kirungi nnyo awatali kwelikirira wadde okutya, era Adamu ne Kaawa baali baakubeera omwo emirembe gyonna nga bwe balya ku muti ogw'obulamu. Naye bagobebwa mu lusuku Adeni nga bamaze okwonoona. Okuva olwo ebizibu n'embeera enzibu n'ebitandiika.

Omukazi yatandiika okulumwa ng'azaala, yatandika

okwegomba bba era bba n'atandika okumufuga. Okujjako ng'omusajja alimye ettaka eryakolimirwa enaku zonna ez'obulamu bwe Olwo lwanaafunanga ekyo'kulya obulamu bwe bwonna (Olubereberye 3:16-17).

Katonda agamba Adamu mu (Olubereberye 3:18-19) nti *"Amagwa n'amatovu, g'eneekuzaliranga; naawe onoolyanga omuddo ogw'omunnimiro. Mu ntuuyo ez'omumaaso go mwonooliranga emmere okutuusa lw'olidda mu ttaka; kubanga mu ttaka omwo mwe waggibwa era kubanga oli nfuufu gwe, ne mu nfuufu mw'olidda."* Okuyita mu nyiriri zino, Katonda yali ategeeza nti omuntu alina okudda mu nfuufu entonotono.

Kubanga Adamu, jjaajja wa bantu bonna, yakola ekibi eky'obujeeemu era n'omwoyo gwe ne gufa, bazzukulu be bonna bazaalibwa nga boonoonyi era nga baakugenda mu kkubo ery'okufa.

Abaruumi 5:12 woogera ku kubonabona Adam kwe yaleetera abantu bonna *"Olw'ebyo, nga ku bw'omuntu omu ekibi bwe kyayingira mu nsi, okufa ne kuyingira olw'ekibi, bwe kityo okufa ne kubuna ku bantu bonna, kubanga bonna baayonoona."*

Abantu bonna bazaalibwa n'ekibi Ekisikire

Katonda asobozesa abantu okuzaala n'okweyongera obungi okuyita mu nsigo ez'obulamu Z'abateekamu ng'abatonda. Abantu batondebwa enkwaso y'omusajja bwe yeegatta n'eggi ly'omukazi Katonda byawa buli Mukazi n'omusajja ng'ensigo ez'obulamu. Olw'okuba enkwaso n'eggi birimu engeri z'abazadde bombi, omwana azaaliddwa olw'okwegatta kw'enkwaso n'eggi afaanana abazadde be, mu ndabika, engeri ze, byayagala, empisa byasinga okwagala, entambula n'ebirala.

Mu ngeri eyo ekikula kya Adam eky'obwonoonyi kigenda kikwata abaana n'abazukulu okuva Adamu jjajja w'abantu bonna lwe yayonoona. Era kino "Ekibi Ekisikire." Bazukulu ba Adamu bazaalibwa n'ekibi ekisikire. Era buli muntu yenna mwonoonyi. Abantu abamu abatali bakkiriza bawakana nti "Nga mbeera ntya omwonoonyi, era lwaki mba omwonoonyi? Sirina kibi kye nnali nkoze." Oba abalala babuuza nti "Ekibi kya Adamu ki ntuukako kitya?"

Ka tutwale eky'okulabirako eky'omwana, omukazi ayonsa alina omwana atannaba kuweza mwaka. Omukazi ono n'ayonsa omwana omulala nga owuwe alaba. Ebiseera ebisinga omwana we anyiiga era n'agezaako n'okusindiikiriza omwana oli omulala. Maama ono bwatalekerawo kuyonsa mwana oli mulala oba omwana oyo n'agaana okuva ku bbere, omwana we atandika okukuba maama oba omwana oli omulala ayonka, era bwe bagaana n'asigala nga akyayonka ono owuwe atulika n'akaaba.

Wadde tewali yasomesa mwana ono bugya, oba ebbuba, obukyayi oba omululu oba okukuba kwenyini. Omwana ono alina ebintu ebyo ebibi mu birowoozo bye, okuva lwe yazaalibwa. Kino kinyonyola nti abantu bazaalibwa n'ekibi ekisikire kye bajja ku bazadde baabwe.

Olowooza omuntu ayonoona kyenkana ki ku bubwe mu bulamu bwe bwonna? Olina okukitegeere nti si bikolwa bibi byokka naye n'ebirowooza ebibi byonna mu meeme y'omuntu biba bibi mu maaso ga Katonda nga Ye kitangaala kye nnyi. Katonda ategeera era n'alaba ebibi ebiri mu birowoozo by'omuntu ng'obukyayi, okweyagaliza, okusalira abalala emisango, n'ebirala bingi. N'olwekyo Baibuli etugamba nti tewali n'omu aliyitibwa mutuukirivu mu maaso ga Katonda olw'okukwata amateeka kyokka, ate buli muntu ayonoona n'ebatasaanira kuba mu maaso ga Katonda kubanga boonoonyi (Baruumi 3:20, 23).

Si muntu yekka, n'ebintu byonna byakolimirwa.

Adamu, eyali afuga ebintu byonna, bwe yayonoona era n'akolimirwa, ettaka, ensolo ezirundwa, n'ezo ez'okuttale n'ebinyonyi byonna eby'omubbanga byakolimirwa wamu naye. Okuva olwo, ebiwuka eby'obusaggwa era eby'obutwa ng'ensowera, oba ensiri ezitambuza endwadde z'atandika okubaawo.

Ensi n'etandiika okuba n'ebimera eby'amaggwa n'amatovu era ng'omuntu alina okufuna emmere okuva mu bulumi n'entuuyo ez'ebibatu bye. Abantu kati baalina okukaaba, okuwulira ennaku, obulumi, endwadde, okufa n'ebifaananako ng'ebyo olw'okuba baakolimirwa ku nsi eno.

N'olwekyo Baruumi 8:20-22, *"Kubanga ebitonde byateekebwa okufugibwa obutaliimu, si lwa kwagala kwabyo wabula ku bw'oyo ey'abifugisa mu kusuubira nti eri ebitonde by'ennyini n'abyo biriweebwa eddembe okuva mu kufugibwa okuvunda okuyingira mu ddembe ery'ekitiibwa ky'abaana ba katonda, kubanga tumanyi ng'ebitonde byonna bisinda era birumwa wamu okutuusa kaakano."*
Olwo, omusota gwo gwa kolimirwa gutya? Mu Olubereberye 3:14, Katonda n'agamba omusota omukalabakalaba ogw'akema

abantu okwonoona nti, *"Kubanga okoze kino, okolimiddwa ggwe okusinga ensolo z'omunyumba zonna n'okusinga ensolo zokutale zonna! Onootambuzanga olubuto, onoolyanga enfuufu ennaku zonna ez'obulamu bwo."* Wabula emisota tegirya nfuufu naye ebisolo ebiramu ng'ebinyonyi, ebikere, emmese, oba ebiwuka. Katonda yakyogera bulungi nnyo nti "Onoolyanga nfuufu ennaku zo zonna e'zobulamu bwo." Olina kuvunnula otya olunyiriri luno?

"*Enfuufu*" wano kitegeeza "abantu abaakolebwa mu nfuufu y'ensi" (Olubereberye 2:7), era "omusota" gutegeeza omulabe wo Setaani (Okubikkulirwa 20:2). "Omusota gunaalyanga enfuufu ennaku zonna ez'obulamu bwo" Kiraga nti Omulabe Setaani alya abantu bonna abatagoberera kigambo kya Katonda era nga batambulira mu kizikiza.

N'abaana ba Katonda basisinkana emitawaana n'ebizibu Omulabe setaani bya baleetera bwe bakola ebibi era ne boonoona mu maaso ga Katonda. Enaku zino Omulabe Setaani atambulatambula ng'empologoma ewuluguma ng'anoonya gw'anaalya (1 Peetero 5:8) Bwe babaako gwe basangiriza bamuwamba n'ebamufuula omuddu wansi w'ekikolimo ky'ekibi, era n'ebamuwalawala eri ekkubo ly'okuzikirira era bwe kiba kisoboka setaani agezaako n'okukema abaana ba Katonda.

Omulabe setaani akemera ddala abo abagamba nti, "Nzikiririza mu Katonda," naye nga tebekakasa kigambo kya Katonda, era n'abawalawala eri ekkubo ly'okufa. Ebiseera ebisinga setaani ayita mu bantu abakubeera okumpi okukukema, nga mukazi wo, mikwano gyo, n'ab'eng'anda zo- mu ngeri gye bakemamu Kaawa okuyita mu musota, ekimu ku bisolo bye yali asinga okwagala awaka. Eky'okulabirako, mukazi wo oba mukwano gwo ayinza okukubuuza, "Okugenda mu kanisa ku sande ku makya wokka tekimala, Kiki ekikutwala n'emukusaba kwa sande okw'olweggulo?" oba "Oba simanyi ogezaako nnyo nga bwosobola okukung'ana buli lunaku?" "Katonda awulira era amanyi byonna eby'omunda mu mutima gwo kubanga amanyi byonna eraYayinza byonna. Olowooza kikwetaagisa nnyo okumukaabirira ennyo mu kusaba?

Katonda yakulagira okujjukiranga olunaku olwa ssabbiiti n'okulusangamu ekitiibwa (Okuva 20:8), gezaako okukung'ana mu linya lya Mukama (Abaebbulaniya 10:25), era mukowoolenga mukama mu kusaba (Yeremiya 33:3). Setaani tasobola kukema newankubadde okwonoonesa abo abatambulira mu kigambo kya Katonda (Matayo 7:24-25).

Nga mu Abaefeeso 6:11 bwe wagamba, *"Mwambalenga eby'okulwanyisa byonna ebya Katonda mulyoke muyinzenga okuyimirira eri enkwe za Setaani."* Olina okwenyweza n'ekigambo kya Katonda eky'amazima era mu buvumu ogobe omulabe wo Setaani nga weeyambisa okukkiriza.

Lwaki Katonda yateekawo omuti ogw'okumanya?

Katonda yateekawo omuti ogw'okumanya obulungi n'obubi mu Lusuku Adeni si lwa kusindikiriza bantu mu kkubo ery'okuzikirira wabula okubawa essanyu erituukiridde. Nga tebalowozezza nnyo ku ntegeka Ze ennenne, abantu abasinga tebategeera bulungi kwagala na bwenkanya bwa Katonda era n'ebatakkiririza mu Katonda. N'ebeera awo bulamu obutali busanyufu, oba obuwuubaavu, nga tebazudde kigendererwa kituufu eky'obulamu bwabwe.

Olwo nno, lwaki Katonda yassaawo omuti ogw'okumanya obulungi n'obubi mu lusuku Adeni era lwaki ekyo kikuleetera omukisa omunene?

Adamu ne Kaawa tebaamanya ku ssanyu lituukiridde

Olusuku Adeni lwali lulungi nnyo era lunene nnyo okusinga n'ekyoyinza okulowoozaako. Katonda yakola buli kika kya muti okukula okuva mu ttaka. Gyali gisanyusa nnyo eri amaaso era nga mirungi okulya. Wakati w'olusuku we waali omuti ogw'obulamu n'omuti ogw'okumanya obulungi n'obubi (Olubereberye 2:9).

Lwaki, olwo, Katonda yateeka omuti ogw'okumanya obulungi n'obubi wakati mu lusuku wamu n'omuti ogw'obulamu w'ebasobola okugulaba obulungi? Katonda teyagendererako kubawalawala mu kkubo ery'okuzikirira nga abakema okulya ku muti. Wabula waliwo ekigendererwa kya Katonda okutusobozesa ffe okugerageranya okuyita mu muti ogw'okumanya obulungi n'obubi era tufuuke abaana Be abatuufu era ab'omwoyo abasobola okutegeera omutima Gwe.

Abantu bwe baba bayita mu maziga, ennaku, obwavu oba endwadde, abantu bayinza okulowooza nti Adamu ne Kaawa bateekwa okuba nga baali basanyufu nnyo mu lusuku Adeni kubanga tebafuniramu bulumi nga amaziga, ennaku, obwavu oba endwade ebiri mu nsi munno. Naye abantu mu Lusuku Adeni tebamanya ssanyu ly'ennyini wadde okwagala okw'annama ddala kubanga baali tebalabye ku kiralala kye basobola okugerageranya n'akyo.

Katutwale eky'okulabirako kino. Waliwo abalenzi babiri. Omu yazaalibwa era n'akulira mu bwavu, Wabula omulala n'azaalibwa era nakulira mu birungi era n'abyeyagaliramu. Bombi bano bwo bawa eky'okuzanyisa eky'ebbeeyi buli omu ku bbo olowooza anaakitunulira mu ngeri ki?

Ku ludda olumu, omulenzi eyakulira mu bugagga tajja ku kwebaza nnyo kubanga eby'okuzanyisa eby'ekika ekyo abimanyidde kyokka ye omulenzi akulidde mu bwavu ajja kwebaza nnyo, era eky'okuzanyiza kino akitwale ng'ekyomuwendo.

Essanyu ery'annama ddala lijja okuyita mu kugerageranya

Mu ngeri y'emu, abo abayita mu mbeera ensaamusaamu ey'eddembe oba okuba n'ebintu nga si bingi, be bamanyi n'okutegeera essanyu ery'anamaddala. Ekitaali mu lusuku Adeni, waliwo ebintu bingi eby'okugerageranyaako mu nsi muno. Bwoba ng'oyagala okumanya era n'okweyagalira mu kintu kyonna, olina okuba ng'olabyeko ku birala. Tosobola kukyeyagaliramu bulungi nnyo nga tolabye ku kinaakyo bwe bikontana.

Eky'okulabirako, bwoba ng'oyagala okumanya essanyu

ery'anamaddala, olina okuyitako mu nnaku. Bwoba ng'oyagala okumanya amakulu g'okwagala okutuufu, olina okuyitako mu ku kyayibwa. Toyinza kutegeera ki kye kitegeeza okuba omulamu okujjako ng'olwaddeko ebirwadde oba ng'omubiri tegweyagala bulungi. Tojja kutegeera muwendo gwa bulamu obutaggwaawo era tojja kwebaza Katonda kitaffe ali mu kutegeka ebifo ebirungi mu ggulu, okjujjako ng'otegedde nti ddala waliyo okufa ne geyeena.

Omuntu ey'asooka Adamu yafunanga buli kye yayagalanga okulya era yalina obuyinza okufuga ebintu byonna mu lusuku Adeni. Byonna yabifunanga awatali kulafubana kwonna wadde okubijja mu ntuuyo z'ebibatu bye. Olw'ensonga eyo, teyagulumizanga nnyo Katonda eyabimuwa wadde okumanya okwagala Kwe n'ekisa mu mutima Gwe.

Oluvanyuma, Adamu yajjeema ekiragiro kya Katonda ng'alya ekibala. Ng'ebyo byonna tebinaabaawo yali omwoyo omulamu, wabula bwe yamala okwonoona, omwoyo gwe gwafa era n'afuuka omuntu ow'omubiri. Ye ne mukazi we baagobwa mu lusuku Adeni ne bajja okubeera ku nsi. Yatandiika okuyita mu mbeera enzibu gye yali talabangako nga ali mu lusuku Adeni: Amaziga, ennaku, endwadde, obulumi, ebisiraani, okufa, n'ebiral bingi. Ku nkomerero, yatandiika okuyita mu mbeera ekontanira ddala n'essanyu eryali mu lusuku Adeni.

Okuyita mwebyo, Adamu ne Kaawa baali kati basobola okutegeera essanyu n'enyiiki kye bitegeeza era n'omuwendo gwe ddembe saako ebirungi Katonda bye yali abawadde mu lusuku Adeni.

Obulamu bwo tebujja kubaamu makulu, bwonoobeera ku nsi nga totegedde ssanyu oba ennyiike, wadde ng'oli mu mbeera nzibu kati, obulamu bwo bujja kubaamu amakulu mangi, bw'onooyita mu ssanyu ery'anama ddala gye bujja.

Eky'okulabirako, wadde abazadde bakimanyi nti abaana baabwe bajja kubonabona nga basoma, era babasindikayo. Bwe baba ng'abagaala abaana baabwe bajja kuba beetegefu okubayambako okusoma ennyo, olw'o balyoke bafune ebirungi ebingi. Ye mbeera y'emu n'omutima gwa Katonda Kitaffe eyasindika abantu ku nsi kuno era n'abateekateeka ng'abaana be abatuufu nga bayita mu mbeera ez'enjawulo.

N'olwe nsonga eyo, Katonda yateeka omuti ogw'okumanya obulungi n'obubi mu lusuku Adeni era teyakuggira Adamu ne Kaawa kugulyako nga beeyagalidde. Yatekateeka ebintu byonna abantu basobole okuyita mu mbeera zonna, ng'essanyu, ennaku, obuyinike, okunyumirwa, mu nsi muno, olwo balyoke bafuuke abaana abalungi okuyita mu kuteekebwateekebwa Katanda.

Okuyita mu mbeera ezirimu obulumi, abantu bamala n'ebategeerera ddala amakulu g'ennyini ag'ebintu ebyo kimu ku kimu okuva ku ntobo y'emitima gyabwe. Olw'okuba banaaba balabye era n'ebabeerako mu ssanyu ery'addala, okuyita mu kuteekebwateekebwa Katonda, Abaana ba Katonda tebajja kuddamu kulya mu Katonda waabwe lukwe, nga Adamu bwe yakola mu lusuku Adeni ekiseera n'ebwekiriyitawo okwenkana ki. Mpozzi bajja kuba bongera ku mwagala buli lukya. Nga bajjudde essanyu n'okusiima era nga bamugulumiza nnyo.

Essanyu Erituukiridde mu Ggulu.

Abaana ba Katonda abanaaba bayise mu maziga, enaku okulumwa, endwadde, okufa n'ebirala mu nsi munno baliyingira mu Ggulu ery'olubeerera era bajjagulize mu ssanyu eritagwaawo, okwagala, n'okwebaza emirembe gyonna. Bajja kubeera mu ssanyu erituukiridde mu ggulu.

Mu nsi eno ey'omubiri, buli kimu kivunda era kifa naye eyo mu bwa Kabaka bw'eggulu ery'olubeerera teri kuvunda, kufa, maziga, wadde enaku. Zaabu atwalibwa ng'ekyomuwendo omungi wano ku nsi naye enguudo zonna mu Yerusaalemi empya mu Ggulu zakolebwa mu zaabu. Yennyini. Amayumba ag'omuggulu gakoleddwa mu mayinja ag'omuwendo omungi enyo. Nga malungi nnyo!

Nali ntwala zaabu na mayinja ag'omuwendo okuba nga bye bisinga omuwendo, okutuusa lwe n'asisinkana Katonda, naye okuva lwe n'ategeera ku gulu ery'olubeerera, n'atandiika okulaba buli kimu mu nsi eno nga temuli. Obulamu mu nsi muno ka ng'ambe nti ddakiika buddakiika bwobugerageranya ku bwakabaka obutaggwaawo. Bwoba nga ddala okiririza era ng'olina n'esuubi mu ggulu ery'olubeerera, toyinza kwagala nsi eno. Ate ojja kuba ng'olowooza ku ngeri ki gy'oyinza okulokolamu wakiri omuntu omu omulala, oba engeri gy'oyinza okubuuliramu abantu bonna enjiri mu nsi. Ojja kwe kunga'nyiza empeera nnyingi, ng'owaayo nga bwosobola eri Katonda n'omutima gwo gwonna, nga togezaako kw'ekung'anyiza bya bugagga wano ku nsi.

Omutume Paulo yasobola okutambula olugendo lwe olujjude ebizibu okutuuka ku nkomerero ng'ajjudde essanyu wamu n'okwebaza, kubanga yalaba eggulu ery'omutendera ogw'okusatu Katonda lye yamulaga mu kwolesebwa. Yalina okugumira obulumi obutagambika, ng'omutume ku lwa abantu abalala bonna. Katonda yamulaga obulungi obutagambika obw'eggulu era n'amugumya okweyongerayo n'olugendo lwe okutuuka ku nkomerero nga bwasuubira eggulu. Yakubibwa emiggo, n'akubibwa amayinja, teyavanga mu makomera, era n'ayiwa omusaayi gwe ng'abuulira enjiri ya Mukama. Newankubadde yayita mu bino byonna, Paulo yali akimanya nti ebyo byonna bijja kumuweesa empeera etagambika mu ggulu. Ku nkomerero, okubonabona kwe kwonna kwali kwa kufuna emikisa egy'amaanyi egy'omuggulu.

Abasajja ba Katonda tebasuubira bya ku nsi kuno. Baba bayayaanira bwa kabaka obw'e ggulu. Ensi eno kaseera buseera mu maaso ga Katonda, naye obulamu obwo bwakabaka bw'omu ggulu bwa lubeerera.Teri kukaaba, teri nnaku, wadde okubonabona, oba okufa mu ggulu. N'olwekyo babeera mu ssanyu nga basuubira empeera ennene Katonda zaali bawa mu ggulu okusinziira ku kye bakoze oba okusiga.

N'olwekyo, kino kye nsaba mu linnya lya Mukama waffe Yesu Kristo nti mutegeere okwagala okungi n'obugabirizi bwa Katonda Omutonzi era mwetegeke okuyingira eggulu olwo mulyoke mujjagulize mu bulamu obutagwaawo n'essanyu erituukiridde mu ggulu eddungi ennyo era ery'ekitiibwa.

Essuula 4

EKYAMA EKY'AKISIBWA NG'EBIRO TEBINAABAAWO

- Obuyinza bwa Adamu buweebwayo eri Setaani
- Etteeka ery'okununula Ensi
- Ekyama Ekyakisibwa ng'ebiro tebinnabaawo
- Yesu Yasaanidde okusinziira ku Tteeka

...OBUBAKA BW'OMUSALABA

Naye amagezi tugoogera mu abo abatuukirira: naye amagezi agatali ga mu mirembe gino, era agatali ga bakulu ab'omu mirembe gino, abaggwaawo: naye twogera amagezi ga Katonda mu kyama, gali agakisibwa, Katonda ge yalagira edda ensi nga tezinnabaawo olw'ekitiibwa kyaffe: abakulu bonna ab'omu mirembe gino ge batategeera n'omu, kuba singa baagategeera, tebandikomeredde Mukama wa kitiibwa.

1 Abakkolinso 2:6-8

Adamu ne Kaawa baakemebwa omusota mu lusuku Adeni, ne bamenya ekiragiro kya Katonda, nga balya ku muti ogw'okumanya obulungi n'obubi kubanga baali bagala okuba nga Katonda mu meeme zaabwe. Era ekyavaamu, bo n'abaana baabwe bonna saako abazukulu n'ebafuuka bonoonyi.

Mu kulaba okwa bantu, balowooza nti Adamu ne Kaawa baali banakuwavu nnyo kubanga baagobebwa mu lusuku Adeni era nga balina okufa. Mu kwogera okw'omwoyo, guno mukisa munene okuva eri Katonda kubanga bajja kufuna omukisa ogw'okulokolebwa, okufuna obulamu obutaggwaawo n'emikisa egy'eggulu okuyita mu Yesu Kristo.

Okuyita mu kuteekateeka abantu, ekyama eky'akisibwa ku lw'ekitiibwa kyo nga n'emirembe teginabaawo kya bikkulibwa era ekkubo ery'obulokozi n'eriggulibwaawo eri amawanga gonna. Ka tuyingireko munda w'ekyama eky'akisibwa ng'ebiseera tebinabaawo. N'engeri ekkubo ery'obulokozi gye lyaggulwaawo.

Obuyinza bwa Adamu buweebwayo eri Setaani

Mu Lukka 4:5-6, tulaba nga Setaani akema Yesu eyali yakamala enaku 40 ng'asiiba:

Setaani n'amutwala ku lusozi oluwanvu n'amugamba nti *"Nnakuwa ggwe obuyinza buno bwonna, n'ekitiibwa kyamu; kubanga nnaweebwa nze; era ngabira buli gwe njagala."*

Setaani yagamba nti ajja obuyinza bwonna ajja kubukwasa Yesu kuba naye baabumukwasa era okuva ku muntu. Lwaki katonda, aguga ebintu byonna, yakkiriza obuyinza bwonna okubukwasa setaani?

Olubereberye 1:28 wagamba, *"Katonda n'abawa omukisa era n'abagamba nti, 'mweyongere mwalenga mujjuze ensi era mugirye:' Mufugenga eby'omunyanja n'ebibuuka waggulu, na buli ekirina obulamu ekitambula ku nsi."*

Adamu yafuna obuyinza n'amaanyi okulabirira n'okufuga ebintu byonna okuva eri Katonda. Ye yali mukama w'ebintu byonna, naye ekiseera ekiwanvu bwe kya yitawo, ye ne mukazi we omusota omukalabakalaba n'egubalimbilimba okulya ku muti ogw'okumanya obulungi n'obubi. Bwatyo n'azza ekibi ky'okujeemera Katonda.

Mu Baruumi 6:16 wasoma nti, *"Temumanyi nga gwe mwewa okuba abaddu b'okuwulira, muli baddu b'oyo gwe muwulira, oba ab'ekibi okuleeta okufa, oba ab'okuwulira okuleeta obutuukirivu?"* Oli muddu wa kibi oba obutuukirivu, bw'okola ebibi, ofuuka mudda wa kibi, era oba ajja kugenda mu kufa. Bw'owulira ekigambo eky'obutuukirivu, era oba muddu wa butuukirivu bwotyo oba ojja kuyingira eggulu.

Adamu yakola ekibi eky'obujjeemu eri Katonda era bwatyo

n'afuuka omuddu we kibi. N'olwekyo yali takyasobola kuba na buyinza wadde amaanyi Katonda ge yali amuwadde. Yali alina okuwaayo obuyinza n'amaanyi eri Setaani nga n'ebintu by'omuddu bwe biba ebya mukama we. Mu bufunze, Adamu yawaayo obuyinza n'amaanyi Katonda bye yali amuwadde eri Setaani kubanga yayonoona era bwatyo n'afuuka omuddu w'ekibi.

Obujjeemu bwa Adamu bwafuuka ebibi bya abantu bonna. Era n'ebumuviirako ye n'abantu bonna okuweereza Setaani ng'abaddu era n'okufa.

Etteeka ery'okununula Ensi

Abantu balina kukola ki okwetakuluza ku mulabe setaani era balokolebwe okuva mu bibi n'okufa? Abamu bagamba, "Katonda asonyiwa buli omu awatali bukwakulizo bwonna kubanga Katonda kwagala. Alina ekisa ekitaggwawo n'okusaasira" Naye, 1 Abakkolinso 14:40 wagamba, *"Naye byonna bikolebwenga nga bwe kisaana era mu mpisa ennungi."* Katonda buli kimu akikola mu ngeri ennungi, okusinziira ku teeka ery'obwakabaka obw'omwoyo. Katonda talina kyakola nga tekiri mu mateeka ag'ensi ey'omwoyo kubanga ye Katonda atalyazaamanya era omwenkanya.

Mu nsi bwakabaka obw'omwoyo, waliyo etteeka eribonereza ababi, ligamba nti, *"Empeera y'ekibi kufa."* Era waliyo n'etteeka erinunula ab'onoonyi. Etteeka lino ery'omwoyo lirina okukozesebwa okuzza obuyinza Adamu bwe yali awaddeyo eri setaani. Olwo, etteeka erinunula ab'onoonyi lye liriwa? Lye tteeka erinunula ensi ery'awandikibwa mu Ndagaano enkadde. Nga ebiro tebinnabaawo, Katonda Kitaffe yali yategeka mukyama ekkubo ery'obulokozi bw'omuntu okusinziira ku tteeka lino.

Etteeka ery'okununula Ensi.

Kino kye kiragiro kya Katonda eri abayisiraeli mu Baleevi 25:23-25:

> *So ensi tetundibwanga okugiviiramu ddala ennaku zonna; kubanga ensi ensi yange: kubanga muli bagenyi era abayise gye ndi. Ne mu nsi yonnaey'obutaka bwammwe munakkirizanga ensi okununulibwa. Muganda wo bw'aba ng'ayavuwadde n'atunda ku butaka bwe, kale muganda we asinga okumuba okumpi mu luganda anajjanga n'anunula ekyo muganda we ky'atunze.*

Buli ttaka lyonna lya Katonda era teririna kutundibwa mu ngeri ey'enkomeredde. Omuntu bwaba yatunze ettaka lye olw'obwavu, Katonda yamukkiriza oba ow'oluganda lwe amuli okumpi okununula ettaka lino nga aligula. Lino lye tteeka ery'okununulanga ettaka.

Abantu ba yisiraeli bakola endagaano z'ettaka okusinzira ku tteeka ly'okununula kwe ttaka obutatunda ttaka mungeri yankomeredde, bwe baba bagula oba okutunda ettaka.

Omutunzi n'agula bawandiika ebintu byonna ebikwatagana ku ndagaano y'ettaka ku satifiketi okusobozesa omuguzi oba ow'oluganda lwe okusobola okulinunula eyo gye bujja. Bagyamu kopi endala era n'ebateeka emikono n'ebwiino ku ndagaano zombi mu maaso g'abajjulizi babiri oba basatu. Emu ku ndagaano eteekebwako envumbo era n'eterekebwa mu terekero mu ye kaalu entukuvu. Endagaano endala erekebwa mu kisenge awayingirirwa, nga mbikule era nga tetereddwako nvumbo. Etteeka ery'okununula ettaka likkiriza omutunzi oba ow'oluganda lwe ow'okumpi okununula ettaka eryo ekiseera kyonna.

Etteeka ery'okununula ettaka n'obulokozi bw'omuntu

Lwaki Katonda yateekateeka ekkubo omuntu mwayita okulokolebwa okusinziira ku tteeka ly'okununula ettaka? Olubereberye 3:19 ne 23 walaga nti etteeka ery'okununula ettaka likwatagana butereevu n'obulokozi bw'omuntu:

> *Mu ntuuyo ez'omu maaso go mw'onooliranga emmere, okutuusa lw'olidda mu ttaka, kubanga omwo mwe waggibwa, kubanga oli nfuufu mw'olidda (Olubereberye 3:19).*

> *Mukama Katonda kyeyava amuggya mu lusuku Adeni, alimenga ettaka mwe yaggibwa (Olubereberye 3:23).*

Katonda n'agamba Adamu ng'amaze okw'onoona nti "Oli nfuufu era mu nfuufu mwolidda." Wano "Enfuufu" etegeeza abantu abakolebwa mu nfuufu. N'olwekyo, abantu badda mu nfuufu nga bamaze okufa.

Etteeka erinunula ettaka ligamba nti ettaka lyonna lya Katonda era teritundibwenga mu ngeri yankomeredde (Baleevi 25:23-25). Enyiriri zino zitegeeza nti abantu bonna abakolebwa mu nfuufu ey'ettaka, Katonda yennyini bbo, era tebasola kutundibwa mu ngeri ey'enkomeredde. Era ziraga, teri buyinza wadde amaanyi, Adamu bye yali afunye okuva eri Katonda mu lusuku Adeni kutundibwa mu ngeri ey'enkalakalira kubanga bya Katonda.

Obuyinza bwa Adamu bwa webwayo eri omulabe waffe Setaani naye oyo asaanidde okununula obuyinza bwa Adamu obwamuvaako asobola okubukomyawo okuva ku mulabe Setaani. Mu ngeri y'emu, Katonda omw'enkanya yateekawo omununuzi atuukiridde okusinziira ku tteeka, ery'okununula ettaka. Omununuzi oyo ye mulokozi w'abantu bonna.

Ekyama Ekyakisibwa ng'ebiro tebinnabaawo

Ng'ebiro tebinnabaawo, Katonda Kwagala yakimanya nti Adamu alimujjeemera nti era abaana n'ebazukulu be bonna baligwa mu kkubo ly'okufa. Yateekateeka ekkubo eriyinza okulokola omuntu mu kyama era nakikweka okutuusa ekiseera kye Yali ayagala bwe kyatuuka.

Singa Setaani yamanya ku kkubo lino, yandiremesezza Katonda okugonjoola okwonoona n'okufa okw'abantu bonna aleme okufiirwa obuyinza bwe. 1 Abakkolinso 2:7 wagamba nti *"Naye twogera amagezi ga Katonda mu kyama, gali agakisibwa, Katonda ge yalagira edda ensi nga tezinabaawo olw'ekitiibwa kyaffe."*

Yesu Kristo, amagezi ga Katonda

Baruumi 5:18-19 wagamba; *"Kale bwe kityo ng'olw'okwonoona kw'omu omusango bwe gwasinga abantu bonna, bwe kityo n'olw'obutuukirivu bw'omu ekirabo kyali ku bantu bonna okuweesa obutuukirivu bw'obulamu."*

Abantu bonna baali baakufuuka balongoofu era balokolebwe okuyita mu buwulize obw'omuntu omu ng'era abantu bonna bwe bafuuka obonoonyi ne bagwa mu kufa olw'obujjeemu bw'omuntu omu.

Mu ngeri y'emu, Katonda yatuma Yesu Kristo, gwe yali yategeka ng'ekubo ery'obulokozi mu kyama era nakkiriza Yesu okukomererwa era n'azuukira. Okuva olwo, buli aMukiririzaamu alokolebwa, mu 1 Abakkolinso 1:18, Katonda atugamba nti, *"Kubanga ekigambo eky'omusalaba bwe busirusiru eri abo ababula, naye eri ffe abalokolebwa ge maanyi ga Katonda."*

Kiwulikika ng'ekyobusiru eri abantu abamu nti omwana wa Katonda Omuyinza wa byonna yavvolebwa era n'attibwa ebitonde bye. Naye enteekateeka ye Katonda eno "ey'obusirusiru" esingira wala enteekateeka y'omuntu aky'asinze obugezi mu nsi, era "obunafu" bwa Katonda busingira wala nnyo amaanyi g'omuntu ag'akisinzeeyo mu nsi (1 Abakkolinso 1:24). Baibuli ekigyayo bulungi nti tewali n'omu alitukuzibwa mu maaso ga olw'okukwata amateeka. Kyokka, nga katonda yaggula ekkubo ly'obulokozi eri omuntu yenna akkiririza mu Yesu Kristo mu ngeri enyangu bw'etyo.

Empeera y'ekibi kufa. N'olwekyo, tewali n'omu yandirokoleddwa singa Yesu teyafiirira bibi byaffe. Yesu yafiira ku musalaba olw'ebibi byaffe era n'azuukira nate ku lwa maanyi ga Katonda. Mu ngeri y'emu, Katonda yateekateeka ekkubo eriyinza okulabika ng'erinafu, oba ery'obusirusiru, era nalikwekera ebbanga ddene.

Katonda yali yakweka Yesu Kristo n'okukomererwa kwe nga bya kyama kubanga omulabe waffe Setaani, Singa baabimanyaako, bandiremesezza ekkubo ly'obulokozi bw'omuntu. Setaani teyandise Yesu ku musalaba singa yamanya nti Katonda yateekateeka ekkubo ery'obulokozi okuyita mu musalaba okulokola abantu bonna okuva mu bibi byabwe, n'okubawonya okufa, n'okuzza obuyinza bwa Adamu okubugya ku setaani.

Era jjukira mu 1 Abakkolinso 2:7-8: *"Naye twogera ku magezi ga Katonda mu kyama, gali agakisibwa, Katonda ge yalagira edda ensi nga tezinnabaawo olw'ekitiibwa kyaffe: abakulu bonna ab'omumirembe gino ge batategeeranga n'omu, kuba singa baagategeera tebandikomeredde Mukama wa kitiibwa."*

Yesu Yasaanidde okusinziira ku Tteeka

Nga buli ndagaano bweba n'ebigifuga, n'ensi ey'omwoyo n'ayo erina amateeka, nga ku kino egamba nti omununuzi ateekwa okuba ng'asaanidde okuzza obuyinza bwa Adamu okuva ewa setaani okusinziira ku tteeka ery'okununula ettaka.

Eky'okulabirako, singa wabaawo omusajja sente gwe ziwedde mu bizinensi ye, Ng'alina ebbanja ddene, naye ng'atalina n'akyayinza kutunda kuwona bbanja eryo, bwaba alina muganda we omuggagga ennyo amwagala ennyo, muganda we oyo ajja ku musasulira ebbanja lyonna omulundi gumu ligweyo.

Abantu bonna ab'onoonyi okuva ku mirembe gya Adamu beetaaga omununuzi asaanidde okubanazaako ebibi. Olwo nno, ebisanyizo by'omununuzi bye biruwa? Lwaki Baibuli egamba nti Yesu Kristo y'asaanidde?

Ekisooka, omununuzi ateekwa okuba nga muntu.

Mu Baleevi 25:25 w'agamba, *"Muganda wo bw'aba ng'ayavuwadde, n'atunda ku butaka bwe, kale muganda we asinga okumuba okumpi mu luganda anajjanga, n'anunula ekyo muganda we kyatunze."*

1 Abakkolinso 15:21-22 wasoma, *"Kubanga okufa bwe kwabaawo ku bw'omuntu, era n'okuzuukira kw'abafu kwabaawo ku bwa muntu, kuba bonna nga bwe bafiira mu Adamu, era bwe batyo mu Kristo bonna mwe balifuukira abalamu."* Ekisaanyiizo kino ekisooka eky'omununuzi asobola okuzzaawo obuyinza bwa Adamu kiri nti ateekwa okuba

omuntu. Era kino kyongerwa okulambululibwa mu bujjuvu mu Okubikkulirwa 5:1-5:

> *N'endaba mu mukono ogwa ddyo ogw'oyo eyali atudde ku ntebe ekitabo ekiwandiikiddwa munda ne kungulu, ekisibiddwa ennyo obubonero omusanvu. Ne ndaba malayika ow'amaanyi ng'abuulira n'eddoboozi ddene nti "Ani asaanidde okwanjuluza ekitabo n'okubembula obubonero bwakyo omusanvu?" Ne watabaawo mu ggulu newankubadde ku nsi newankubadde wansi w'ensi, eyayinza okwanjuluza ekitabo, newankubadde okukitunuulira. Nange ne nkaaba nnyo amaziga, kubanga tewaalabika eyasaanira okwanjuluza ekitabo, newankubadde okukitunuulira. Omu ku bakadde n'ang'amba nti "tokaaba, laba empologoma ow'omu kika kya Yuda, ekikolo kya Dawudi, yawangula okwanjuluza ekitabo n'obubonero bwakyo omusanvu."*

"Ekitabo ekiwandiikiddwako munda ne kungulu nga kisibiddwa nnyo n'obubonero musanvu" Kitegeeza endagaano eyali ekoleddwa wakati wa Katonda n'omulabe seetaani Adamu bwe yajjeemera Katonda era n'afuuka omw'onoonyi. Omutume Yokaana teyalabawo muntu n'omu eyali asaanidde okubembula obubonero n'okubikula ekitabo mu ggulu n'ewankubadde ku nsi ne wansi w'ensi.

Ensonga yali lwakuba nti bamalayika ab'omu ggulu si bantu, ate abantu bonna ku nsi boonoonyi kubanga bava mu Adamu, ate wansi w'ensi wabaayo emyoyo emibi gyokka egy'omulabe setaani, n'emyoyo emifu egirindiridde okugwa mu geyeena.

Mu kiseera ekyo, omu ku bakadde n'agamba Yokaana, "Tokaaba! Laba Empologoma ey'omu kika kya Yuda, ekikolo kya Daudi yawangula. Asobola okwanjuluza ekitabo n'okubembula obubonero omusanvu." Wano, ow'ekikolo kya Daudi" Kitegeeza Yesu, eyazaalibwa ng'eyava mu lunyirira lwa Kabaka Daudi mu kika kya Yuda (Bikolwa 13:22-23). N'olwekyo, Yesu atuukiriza akakwakulizo akasooka mu tteeka ery'okununula ettaka.

Abamu bayinza okugamba nti "Katonda ali bwannamunigina, Yesu Katonda yennyini kubanga Mwana wa Katonda. Tabangako Muntu." Jjukira, mu Yokaana 1:1 wasoma nti *"kigambo yali Katonda,"* ne Yokaana 1:14 awasoma nti *"kigambo n'afuuka omubiri n'abeerako gye tuli"* "Katonda eyali kigambo, n'afuuka omubiri era n'abeera wano ku nsi muffe.

Yali Yesu nga mu kiti kye eky'asooka yali Katonda, nga ye yafuuka omubiri ng'omuntu. Mu kiti kye Ye yali kigambo era omwana wa Katonda. Yalina obw'obuntu n'obwakatonda. Naye yazaalibwa era n'akulira mu nkula ey'omuntu ey'omubiri. Ebyafaayo by'omuntu byawuddwamu ebitundu bibiri ng'ekiseera ky'okuzaalibwa kwa Yesu kye kibyawuula: B.C., okukimalayo nti *before Christ*, ekitegeeza nga *Yesu tannaba kujja ku nsi*, ne A.D. ekiggwayo nti *Anno Domini* – ekitegeeza nti *Oluvanyuma lwa Yesu*. Kino kyokka kiwa obujjulizi nti Yesu yafuuka omuntu era n'ajja wano ku nsi. Okuzaalibwa kwa Yesu, okukuzibwa kwe, n'okukomererwa n'abyo bitundu ebikaatiriza ensonga eno.

Yesu, n'olwekyo, muntu era ey'asaanira okuba omununuzi waffe.

Eky'okubiri, talina kuba nga wa lulyo lwa Adamu.

Omuntu abanjibwa tayinza kusasulira balala mabanja gaabwe. Oyo atalina bbanja lyonna era nga alina obusobozi obw'okuyamba abalala, yasobola okubasasulira amabanja gaabwe. Mu ngeri y'emu omununuzi wa bantu bonna alina okuba nga talina bbala lyonna wadde olufunyiro olwo alyoke asobola okununula abantu bonna mu bibi n'okufa. Abantu bonna bava mu Adamu n'olwekyo b'onoonyi kubanga kitaabwe Adamu y'ayonoona. Era tewali muntu yenna y'ava mu Adamu asaanira kuba mununuzi wa Bantu bonna kuba bbo bennyini b'onoonyi. Oloba n'omuzira aky'asinzeeyo mu byafaaayo tayinza kuvunaanyizibwa ku bibi bya balala.

Ddala Yesu alina ekisaanyizo kino?

Matayo 1:18-21 wanyonyola ku ngeri Yesu gye yazaalibwamu. Yabeera mu lubuto ku bwa mwoyo omutukuvu, si kuyita mu kwegata kw'omusajja n'omukazi. Enyiriri zisoma nti:

N'okuzaalibwa kwa Yesu Kristo kwali bwe kuti.
Malyamu nnyina bwe yali ng'akyayogerezebwa Yusufu,
baali nga tebannaba kufumbiriganwa, n'alabika ng'ali
lubuto olw'Omwoyo Omutukuvu. Awo yusufu bba,
kubanga yali muntu mutuukirivu, n'atayagala
kumukwasa nsonyi, yali alowooza okumulekayo kyama.
Laba bwe yali alowooza bwatyo, malayika wa Mukama
n'ajja gyali mu kirooto, n'amugamba nti Yusufu

omwana wa Dawudi, totya kutwala Malyamu mukazi wo, kubanga olubuto lwe lwa Mwoyo Mutukuvu. Naye alizaala omwana wa bulenzi: naawe olimutuuma erinnya lye YESU; kubanga ye ye alirokola abantu be mu bibi byabwe."

Yesu yali muzukulu wa Daudi okusinziira ku lunyiriri lwe (Matayo 1; Lukka 3:23-37). Wabula yabeera mu lubuto ku bwa Mwoyo Omutukuvu nga Malyamu tannaba kwegatta na Yusufu. N'olwekyo teyalina kibi kisikire.

Buli omu azaalibwa n'ekibi ekisikire kubanga akisikira okuva ku bazadde be. Kankyogere bwenti nti, Adamu bwe yamala okwonoona, ekibi kye n'ekigenda nga kikwata abantu bonna kubanga bava mu ye. Era ekibi kino kizze kikwata abantu bonna okutuusa ne leero. Era ekyo kye bayita "ekibi ekisikire" N'olwensonga eyo, abantu bonna abavu mu Adamu tebayinza kununula muntu kubanga bonna b'onoonyi.

N'olwekyo, Katonda Kitaffe yateekateeka omwana We Yesu okuba mu lubuto lwa Malyamu embeerera ku bw'Omwoyo Omutukuvu. Mu ngeri eno, Yesu yafuuka omuntu n'ajja munsi eno, naye nga teyava mu Adamu.

Eky'okusatu, alina okuba n'amaanyi okuwangula omulabe Setaani.

Era mu, Baleevi 25:26-27 watugamba.

Era omuntu bw'atabangako anaakinunula, era ng'aggaggawadde n'alaba ebinamala okukinunula, awo abalenga emyaka gye kyatundirwamu n'addiza ebisukkiriddemu omuntu gwe yakiguza. Naye anaddanga mu butaka bwe.

Mu bufunze Omununuzi alina okuba n'amaanyi agagula ettaka ery'atundibwa.

Omuntu omwavu tayinza kusasulira mukwano gwe bbanja n'ewankubadde nga yandyagadde. Mu ngeri y'emu omununuzi talina kuba na kibi kyonna, okusobola okununula abantu bonna mu bibi byabwe. Obutaba na kibi ge maanyi g'omuntu mu nsi ey'omwoyo.

Omununuzi alina okuba n'amaanyi okuwangula omulabe setaani okusobola okukomyawo obuyinza bwa Adamu obwatwalibwa. Kiri bwe kiti, omununuzi talina kuba na kibi kisikire wadde ekibi ekikye. Omununuzi atalina kibi kyonna yasobola okununula abantu bonna okuva ku mulabe setaani, n'okumuwangula.

Yesu teyalina kibi kyonna? Yesu teyalina kibi kisikire kubanga olubuto lwe lwali lwa Mwoyo Mutukuvu. Yagondera amateeka ga Katonda mu bujjuvu kubanga Yakuzibwa abazadde abaali batya Katonda.Yatuukiriza amateeka mu kwagala. Yakomolebwa ku lunaku olw'omunaana ng'amaze okuzaalibwa (Lukka 2:21). Teyakola kibi kyonna, era ng'agondera ebyo Katonda Kitaffe bya yagala, Okutuusa lwe yakomererwa ku myaka 33 (1 Peetero 2:22-24; Abaebbulaniya 7:26).

Yesu yali asobola okuwangula setaani era nga asobola okununula abantu bonna kubanga teyalina kibi kyonna. "Obuta bwe n'akibi kyonna" bwe yolekera mu bya magero Bye ebingi eby'amaanyi. Yagobanga emizimu, yazibula abazibe amaaso, bakiggala n'ebawulira, abalema n'ebatambula era y'awonya endwadde nyingi ez'itawona. Omuyaga ogw'amaanyi gwa kakkana n'empewo ey'amaanyi yaleekera awo bwe yaboggolera omuyaga era n'agamba amazzi, "Sirika! Kakkana!" (Makko 4:39)

Ekisembayo, alina okuba n'okwagala okw'okufiirira abalala

N'omuntu omuggagga tayinza kununula ttaka bwaba talina kwagala eri omuntu eyalitunda. Mu ngeri y'emu, Omununuzi alina okuba n'okwagala eri ab'onoonyi, okutuuka n'eku ssa ly'okubafiirira, okusobola okumalawo omulundi gumu ebizibu byonna eby'ekibi.

Mu Luusi 4:1-6, Bowaazi yali amanyi bulungi obwavu Naomi bwe yaliko, era n'agamba ab'enganda ze abaali basing okuba okumpi naye nti wabeewo omununuzi okununula ettaka lye singa aba ayagala. *"Naye siyinza kulinunula kubanga kijja kuba kikosa eby'obuggagga bwange, Gwe nunula ettaka nze siyinza kukikola"* teyanunula ttaka lya Nawomi ne Luusi wadde nga yali asobolera ddala bulungi kubanga yali muggagga. Lwakuba teyalina kwagala kwa bununuzi. Era Bowaazi ye yanunula ettaka lino kubanga ye yali ow'oluganda addawo awo ate ng'alina n'okwagala okw'obununuzi.

Bowazi yafuuka omununuzi mu mateeka era n'awasa Luusi

kubanga yalina okwagala okumala okununulira ettaka lya Nawomi. Omwana Bowaazi ne Luusi gwe bazaala ye yali azaala jjajja wa taata wa Kabaka Dawudi era y'awandikibwako mu lunyiriri lwa Yesu. Yesu yakomererwa mu kwagala. Yesu ye yali kigambo, naye yafuuka omuntu n'ajja ku nsi. Teyava mu Adamu kubanga lubuto lwe lwali lwa Mwoyo Mutukuvu. N'olwekyo Yazaalibwa talina kibi kisikire. Yalina amaanyi okununula abantu bonna mu bibi kubanga teyalina kibi.

Wabula mw'ebyo byonna, teyandifuuse mununuzi singa teyalina Kwagala kwa mwoyo era okw'ewaayo okufirira abalina ebibi, Era wadde yandibadde atuukiriza ebisaanyizo ebisoose ebisatu, aba kuba talina kwagala okwo teyandibadde mununuzi. Yalina okusasulira empeera y'ebibi ab'onoonyi gye baali balina okusasula olwo asobola okununula abantu bonna okuva mu kibi.

Yalina okuyisibwa ng'omumenyi w'amateeka aky'asinzeeyo, okutuuka n'okumukomerera ku musalaba. Yalina okuvvolebwa n'okudduulirwa, saako okuyiwa omusaayi n'amazzi okuva mu mubiri Gwe okusobola okulokola abantu bonna. Yalina okusasula omuwendo omunene okusobola okukola ssaddaaka ennene.

Toyinza kusanga mu byafaayo by'ensi yonna nti oba omulangira gundi ataalina musango wadde nti yafiirira abantu be abali ab'onoonyi era abasirusiru. Yesu ye mwana yekka owa Katonda Omuyinza wa byonna, Kabaka wa bakaba, era Mukama wa bakama era Mukama w'ebitonde byonna. Yesu omukulu bwatyo, era ow'ekitiibwa, ataalina kibi yakomerebwa ku musalaba era n'afa ng'ayiwa omusaayi gwe. Okwagala kwe yalina gye tuli nga tekwenkanika! Mu mazima, Yesu yakola bikolwa birungi byokka mu bulamu bwe. Yasonyiwa ab'onoonyi, n'awonya buli kika kya balwadde, n'agobako abantu emizimu, N'awa abantu amawulire amalungi ag'emirembe, ag'essanyu, n'okwagala. Era n'awa abantu essuubi ery'addala ery'eggulu n'obulokozi. Ate okusinga byonna, Yawaayo obulamu bwe ku lwa b'onoonyi.

Baruumi 5:7-8 wasoma nti, *"kubanga kizibu omuntu okufiirira omutuukirivu; kubanga omulungi mpozzi omuntu aguma n'okumufiirira. Naye Katonda atenderezesa okwagala kwe ye gye tuli, kubanga bwe twali nga tukyalina ebibi Kristo n'atufiirira."* Katonda Kitaffe yasindika omwana We yekka Yesu ku gye tuli ffe abatali batukuvu wadde abalungi, Nakkiriza akomerebwe ku musalaba era agufiireko. Yalaga okwagala Kwe okungi mu ngeri eno.

Nsaba mu linnya lya Mukama osobole okutegeera nti toyinza kulokolebwa mu linnya lya muntu mulala yenna, okujja erya Yesu Kristo, Funa olukusa olw'okufuuka omwana wa Katonda ng'okkiriza Yesu Kristo era onyumirwe obulamu obw'obuwanguzi ng'olina obukakafu bw'obulokozi.

Essuula 5

Lwaki Yesu Ye Mulokozi waffe Yekka?

- Ekkubo ly'obulokozi okuyita mu Yesu Kristo
- Lwaki Yesu yawanikibwa ku musalaba ogw'embaawo?
- Tewali Linnya ddala mu nsi okujjako "Yesu Kristo"

OBUBAKA BW'OMUSALABA

Oyo *"lye jjinja eryanyoomebwa mmwe abazimbi, erifuuse ekkulu ery'oku nsonda. So tewali mu mulala bulokozi kubanga tewali na linnya ddala wansi w'eggulu eryaweebwa abantu ertugwanira okutulokola."*

Ebikolwa bya batume 4:11-12

Ojja kwagala Katonda n'omutima gwo gwonna bw'onootegeera ekigendererwa kye eky'amaanyi eky'okuteekateeka abantu. Era, olina n'okwegomba okwagala Kwe n'amagezi Ge, bw'onootegeera ekkubo ly'obulokozi okuyita mu Yesu Kristo.

Olwo, ekkubo ery'obulokozi eryali ly'akisibwa ng'ebiro tebinnabaawo, lyatuukirizibwa litya okuyita mu Yesu Kristu? N'akugambyeko dda nti Katonda Omwenkanya yali yateekateeka oyo eyali asaanidde okununula abantu bonna okusinziira ku tteeka ery'omwoyo, nti era teri mulala yenna okujjako Yesu wansi we ggulu atuukiriza ebisaanyizo.

Yesu yekka eyali omuntu naye nga teyava mu Adamu kubanga yaba mu lubuto kubwa Mwoyo Mutukuvu era n'ajja ku nsi mu mubiri. Okwongera kwe kyo, yalina obuyinza n'okwagala okw'okulokola abantu bonna. Olwo Alyoke asobole okuggula ekkubo ery'obulokozi eri abantu bonna ng'akomererwa ku musalaba.

N'olwekyo, kyogerwa mu Ebikolwa by'abatume 4:12, *"So tewali mu mulala bulokozi, kubanga tewali na linnya ddala wansi w'eggulu ery'aweebwa abantu eritugwanira okutulokola."* Buli oyo yenna akkiririza mu Yesu Kristo asonyiyibwa ebibi byonna era n'alokolebwa. Ajja kuyingira mu, kitangaala okuva mu kizikiza era afune obuyinza n'emikisa gy'abaana ba Katonda. Kati, ka nkunyonnyole lwaki olina okukkiririza mu Yesu ey'akomererwa gwe okusobola okulokoka era ofune obuyinza n'emikisa gy'omwana wa Katonda.

Ekkubo ly'obulokozi okuyita mu Yesu Kristo

Katonda yateekateeka ekkubo ery'obulokozi nga ebiri tebinnabaawo. Ekitabo ky'olubereberye kyalagula ku Yesu n'ekyama ky'okulokolebwa kw'omuntu okuyita mu musalaba.

Olubereberye 3:14-15 wasoma:

> *Mukama Katonda n'agamba omusota nti, "Kubanga okoze kino, okolimiddwa ggwe okusinga ensolo ez'omunyumba zonna, n'okusinga buli nsolo ey'omu nsiko; onootambuzanga olubuto, onoolyanga enfuufu ennaku zonna ez'obubulamu bwo. Nange obulabe n'abuteekanga wakati wo n'omukazi, era ne wakati w'ezzadde lyo n'ezzadde lyomukazi, (ezzadde ly'omukazi) lirikubetenta omutwe, naawe oliribetenta ekisinziiro."*

Nga bwe twakyogeddekko emabega, mu by'omwoyo, "Omusota" Kitegeeza omulabe Setaani era "Okulya enfuufu" Kabonero akalaga setaani ng'afuga abantu abaakolebwa mu nfuufu ey'omuttaka. Era. "Omukazi" kitegeeza "Yisiraeli "Ne zadde lye" kitegeeza Yesu Kristo. Ebigambo bino nti "Omusota guli betenta ekisinziiro kye" Kabonero akalaga nti Yesu alikomererwa ne "ezzadde ly'omukazi liribetenta omutwe gw'omusota" kitegeeza nti Yesu Kristo alimenyamenya enkambi y'omulabe Setaani ng'azuukira okuva mu bafu.

Omulabe Setaani teyategeera ku nteekateeka ya Katonda.

Katonda yali yakweka ekkubo lino ery'obulokozi mu kyama, omulabe Setaani aleme kulimanyaako wadde okutegeera amagezi ge.

Omulabe Setaani yagezaako okutta ezzadde ly'omukazi nga tannaba kubetentebwa. Yalowooza nti wakusigaza obuyinza obwali bugiddwa ku Adamu olw'okujemera Katonda olubeerera, Kyokka omulabe Setaani teyamanya gwe bayita zzadde lya mukazi. Bwatyo n'attanga ba nabbi abaali bagalibwa Katonda okuviira ddala mu biseera bye ndagaano enkadde.

Musa bwe yazaalibwa, omulabe setaani yakozesa Falawo, Kabaka wa Misiri, okutta buli mulenzi eyazaalibwa omukazi omubbebulaniya (Okuva 1:15-22). Yesu bwe yali mu lubuto ku bwo mwoyo omutukuvu era n'ajja ku nsi mubiri, omulabe Setaani yakozesa Kerodde ekintu kye kimu.

Wabula, Katonda yali yategeera dda enteekateeka y'omulabe Setaani. Malayika wa Mukama yalabikira Yusufu mu kirooto n'amugamba okugenda mu misiri n'omwana wamu ne maama w'omwana. Katonda yasobozesa amaka gano okubeerayo okutuusa Kabaka Kerode bwe yafa.

Okukomerebwa Kwa Yesu Kwa Kkirizibwa Katonda.

Yesu yakula ng'akuumibwa Katonda era n'atandika obuweereza bwe ku myaka 30. Yabuna Galiraaya yenna, nga abayigiririza mu makung'aniro gaabwe. Ng'awonya endwedde zonna n'obunafu bwonna mu mubiri, ng'azuukiza abafu, ng'abuuliri enjiri eri abaavu (Matayo 4:23, 11:5).

Kyokka eno omulabe Setaani yali alimiririra Yesu eri bakabona abakulu, abasomesa ba mateeka, na bafalisaayo basobole okutta Yesu. Naye nga bw'omanyi okuyita mu Baibuli, nti omuntu omubi yali tasobola ku kwata ku Yesu kubanga byonna eby'abangawo bya beerangawo lwa kigenderwa kya Katonda.

Katonda yakkiriza omulabe Setaani okukomerera Yesu ng'emyaka esatu egy'obuweereza Bwe gimaze okuyitawo. Era ekyavaamu Yesu n'ayambala engule ey'amaggwa era n'afiira ku musalaba mu bulumi obw'amaanyi ng'akomererwa emisumaali mu bigere n'ebibatu Bye.

Okukomererwa y'engeri ekyasinzeyo okuba embi ey'okutta. Omulabe Setaani yasanyuka nnyo ng'amaze okutta Yesu mu ngeri ey'obukambwe obw'engeri eyo. Setaani yayimba mukujjaganya kubanga yalowooza nti ajja kusigala nga yafuga ensi, nga tewali alisobola kw'eng'anga bufuzi bwe. So nga waaliwo ekyama ekikusike eky'ekkubo Katonda ly'eyategeka.

Omulabe Setaani yamenya etteeka ery'Omwoyo

Katonda takozesa buyinza bwe obusukulumu okumenya

amateeka kubanga mutuukirivu. Yateekateka ekkubo ery'obulokozi mu tteeka ery'omwoyo nga n'ebiseera tebinnabaawo, kubanga buli kimu akikolera mu tteeka ery'omwoyo.

Olw'okuba empeera ye kibi kufa okusinziira ku tteeka ery'omwoyo (Baruumi 6:23), tewali alina kufa bwaba nga talina kibi. Naye, omulabe Setaani yakomerera Yesu eyali talina wadde ebbala era nga mutukirivu (1 Peetero 2:22-23). Mu kukola kino, omulabe Setaani yamenya etteeka ery'Omwoyo era y'agwa mu mutego gwe ye. Yesu Yafuuka ekikozesebwa mu kulokola abantu eky'ateekebwateekebwa Katonda. Ezzadde ly'omukazi lya betenta omutwe gwe nga bwe kyalagulwa mu Lubereberye.

Okutwalira awamu, omusota gusobola okulwana singa oba ogulinye ku kawuuwo oba n'ogusalako ekitundu, naye tegusobola kubaako kye gukola bw'okwata omutwe gw'agwo n'ogunyweza. N'olwekyo, eky'awandiikibwa nti, "Nange obulabe n'abuteekanga wakati wo n'omukazi, era ne wakati w'ezzadde lyo n'ezzadde lyomukazi, (ezzadde ly'omukazi) lirikubetenta omutwe, naawe oliribetenta ekisinziiro."

"Mu by'Omwoyo kino kitegeeza nti omulabe Setaani" alifiirwa amaanyi ge n'obuyinza okuyita mu Yesu Kristo. Omusota okubetententa ekisinziiro ky'ezzadde ly'omukazi mu by'Omwoyo kitegeeza nti Omulabe Setaani alikomerera Yesu, era kino ky'atuukirira nga bwe kyalagulwa mu Lubereberye 3:15.

Obulokozi okuyita mu Kukomererwa Kwa Yesu

Ekkubo ly'obulokozi eryali lya kwekebwa Katonda nga n'ebiseera tebinnabwawo lya tuukirizibwa Yesu bwe yazuukira ku lunaku olw'okusatu ng'amaze okukomererwa. Emyaka nga 6000 egiyise, Adamu yawaayo obuyinza bwe obwali bwa muweebwa Katnda, eri Omulabe setaani, bwe yamenya etteeka ery'obwakabaka obw'Omwoyo olw'okujjeema (Lukka 4:6). Wabula, oluvanyuma lw'emyaka 4000, Omulabe Setaani yalina okukwata ekkubo ery'okuzikirira bwe yamenya etteeka ery'omwoyo.

N'olwekyo omulabe Setaani yalina okuta abo bonna abakkiriza Yesu ng'omulokozi waabwe, era n'ebakkiririza mu linnya Lye, bwe batyo n'ebafuna omukisa ogw'okufuuka abaana ba Katonda. Olowooza omulabe Setaani yandikomeredde Yesu ng'akitegedde nti amagezi ga Katonda gano? Teyandikikoze. Mu 1 Abakkolinso 2:8 Tujjukizibwa nti *"abakulu bonna ab'omumirembe gino g'ebatategeeranga n'omu kuba singa baagategera tebandikomeredde mukama waffe wa kitiibwa."*

Abo abatategeera mazima gano ennaku zino n'abo beewuunya, "Lwaki Katonda omuyinza wa byonna, teyakuuma omwana we n'atattibwa? Lwaki y'amuleka okufiira ku musalaba?" Naye, bwoba otegedda bulungi ekigendererwa ky'omusalaba, oba omanya lwaki Yesu yalina okukomerebwa era n'engeri gye yalina okufuuka Kabaka wa bakabaka era Mukama wa bakama. Ng'amaze okuwangula. Omulabe setaani. N'olwekyo, buli yenna akkiriza Yesu ng'omulokozi ey'afa ku musalaba era n'azuukira oluvanyuma lw'ennaku ssatu okununula abantu okuva mu bibi byonna, aba alangirirwa ng'omutuukirivu era alokoleddwa.

Lwaki Yesu yawanikibwa ku musalaba ogw'embaawo?

Lwaki olwo Yesu yalina okuwanikibwa ku musalaba ogw'embaawo? Lwaki gw'alina kuba gwa mbaawo? Mu nkola ez'enjawulo ez'okutta abantu, Yesu yafiira ku musalaba ogw'embaawo. Okusinziira mu Abaggalatiya 3:13-14, waliwo ensonga ssatu ez'eby'Omwoyo lwaki Yesu yawattibwa omusalaba ogw'embaawo.

Esooka, Okutununula okuva mu kikolimo ky'eteeka.

Abaggalatiya 3:13 wasoma nti, *"Kristo yatununula mu kikolimo ky'amateeka bwe yafuuka ekikolimo ku lwaffe, kubanga kya wandiikibwa nti akolimiddwa buli awanikiddwa ku muti."* Olunyiriri luno lunyonyola nti Yesu yatununula okuva mu kikolimo ky'amateeka olw'okuwanikibwa ku musalaba ogw'embaawo.

Abantu bonna baali bakolimire era nga balina okufa olw'okujjeema kw'omuntu ey'asooka Adamu nga bwe kiwandiikiddwa mu Baruumi 6:23 nti, *"Empeera ye kibi kufa,"* Naye Katonda N'awaayo omwana we Yesu ku lwabantu bonna, era n'akkiriza Akomerebwe ku musalaba ogw'embaawo okununula abantu mu kikolimo eky'amateeka (Ekyamateeka olw'okubiri 21:23)

Okwongera kw'ekyo, Yesu y'ayiwa omusaayi gwe ogw'omuwendo ku musalaba. Wekeneenye enyiriri 11 ne 14 mu Baleevi 17:

Kubanga obulamu bw'ennyama buba mu musaayi era ngubawadde ku kyoto okutangiriranga obulamu bwamwe: kubanga omusaayi gwe gutangirira olw'obulamu (Olunyiriri 11).

....Kubanga obulamu bw'ennyama yonna, omusaayi gwayo guba gumu n'obulamu bwayo... (Olunyiriri 14).

Omuwandiisi w'abaleevi awandiika nti obulamu gwe musaayi kubanga buli kitonde kyetaaga omusaayi okuba ekiramu era w'egutali kiba kifa.

Naye, omuntu bw'afa, omubiri gwe guddayo mu nfuufu era omwoyo guba gugenda mu ggulu oba mu geyeena. Okufuna obulamu obutaggwaawo, olina okusonyibwa ebibi byo byonna. Okusobola okusonyiyibwa ebibi byonna, wateekwa okubaawo okuyiwa omusaayi nga bwe kiwandiikidda mu Abaebbulaniya 9:22, *"Era mu mateeka kubulako katono ebintu byonna okunaazibwa omusaayi, era awataba kuyiwa musaayi tewabaawo kusonyiyibwa."* Olw'ensonga eno, abantu mu nnaku ez'endagaano enkadde baalina okuwaayo omusaayi gwe bisolo buli lwe baayonoonanga. Naye, Yesu yayiwa omusaayi gwe ogw'omuwendo omungi omulundi gumu okusobozesa abantu okusonyiyibwa basobole okufuna obulamu obutaggwaawo kubanga Ye yennyini Teyalina kibi, ate nga talina n'akibi kisikire.

Mu ngeri eyo, osobola okufuna obulamu obutaggwaawo olw'omusaayi gwa Yesu ogw'omuwendo. Nga kitegeeza nti, Yesu yafa mu kifo kyo era n'akuggulira ekkubo gwe okuba omwana wa Katonda.

Ey'okubiri, okuwa Omukisa gwa Ibulayimu.

Ekitundu ekisooka ekya Abaggalatiya 3:14 kigamba nti *"Yatulokola olwo omukisa gwa Ibulayimu gulyoke gutuuke eri amawanga mu Yesu Kristo,"* Kino kitegeeza nti Katonda omukisa ogw'aweebwa Ibulayimu Taguwa ba Isiraeli bokka wabula n'eri amawanga gonna, eri abo abalangiriddwa nti batuufu olw'okukkiriza Yesu ng'omulokozi waabwe.

Ibulayimu y'ayitibwa "taata w'okukkiriza" era "Mukwano gwa Katonda," era n'aba n'omukisa ogw'ezzadde, ogw'obulamu, obkuwangaala, obuggagga, n'ebirala bingi. Ensonga lwaki Ibulayimu yaweebwa omukisa omunene bw'eguti ewandiikidwa mu Olubereberye 22:16-18.

Nneerayiridde nzekka, bwayogera Mukama, nti kubanga okoze bwo'tyo n'otonnyima mwana wo, "omwana wo omu yekka, okukuwa omukisa, naakuwanga, n'okwongera naakwongerangako ezzadde lyo ng'emunyeenye, ez'omu ggulu. Ng'omusenyu oguli ku ttale ly'enjanja era ezadde lyo balirya omulyango og'wabalabe baabwe, era muzadde lyo, amawanga gonna ag'omunsi mwe galiweerwa omukisa; kubanga owulidde eddoboozi lyange."

Ibulayimu yagondera Katonda bwe y'amugamba *"Va mu nsi ya nnyu, era awali ekika kyo, n'enyumba ya kitaawo, oyingire oyingire mu nsi gye ndi kulaga"* (Olubereberye 12:1). Era yagonda awatali kuwozawoza wadde okw'emulugunya, Katonda bwe yamulagira "Twala omwana wo omu yekka Isaaka gwo yagala ennyo ogende e Moliya. Omuweeyo ng'ekiweebwaayo eky'okebwa ku lumu ku lusozi lwendikugamba." Kino kyasoboka eri Ibulayimu kubanga yali akkiririza mu Katonda asobola okuzuukiza abafu (Abaebbulaniya 11:19). Yasobola okuba omukisa era kitaawe w'okukkiriza kubanga yalina okukkiriza okunywevu. N'olwekyo abaana ba Katonda abakkiriza Yesu ng'omulokozi waabwe balina okuba n'okukkiriza nga okwa Ibulayimu. Olwo lwe bajja okuwa Katonda ekitiibwa nga bafuna emikisa gyonna egy'ensi.

Ensonga ey'okusatu, okutuwa ekisuubizo eky'Omwoyo.

Ekitundu eky'okubiri eky'abagalatiya 3:14 wasoma nti, *"tulyoke tuweebwe aky'asuubizibwa eky'Omwoyo olw'okukkiriza."* Kino kitegeeza nti buli oyo yenna akkiriza nti Yesu yafiira ku musalaba ogw'embaawo ku lw'abantu bonna atakuluzibwa ku kikolimo eky'etteeka era n'afuuna ekisuubizo ky'Omwoyo Omutukuvu. Okwongera kw'ekyo, buli oyo yenna akkiriza Yesu ng'omulokozi afuna obuyinza obw'omwana wa Katonda n'omwoyo omutukuvu ng'ekirabo era obukakafu (Yokaana 1:12; Baruumi 8:16).

Bw'ofuna omwoyo Omutukuvu, osobola okuyita Katonda nti "Aba, Kitaffe" (Baruumi 8:15) erinnya lyo liwandikibwa mu kitabo eky'obulamu mu ggulu (Lukka 10:20) era n'oba n'obutuuze mu ggulu (Abafiripi 3:20). Kino kibaawo lwa kuba Omwoyo Omutukuvu, nga gwe mutima n'amaanyi ga Katonda akukulembera eri obulamu obutaggwaawo ng'akuyamba okutegeera ekigambo kya Katonda n'okutambulira mu Kye n'okukkiriza.

Wabula, ojja kulokolebwa si lwakuba onooba okkiriza nti Yesu ye mulokozi wo kyokka naye n'okukkiriza mu mutima gwo nti yamenyawo obuyinza bw'okufa era n'azuukira.

Baruumi 10:9 ayogera ku kino nti, *"Kubanga bw'oyatula Yesu nga ye Mukama n'akamwa ko, n'okkiriza mu mutima gwo nti Katonda yamuzuukiza mu bafu olirokoka."*

Ng'ebiro tebinnabaawo, Katonda yateekawo entegeka ey'omugundu okufuula abo abalikkiriza Yesu ng'omulokozi waabwe, nti bali tabagana ne Katonda era n'abatwala eri obulokozi. Entegeka eno nnungi nnyo era yewunyisa. Abantu bonna baali balina okufa olw'ekibi eky'akolebwa omuntu ey'asooka okusinziira ku tteeka ery'obwakabaka obw'Omwoyo, erigamba nti "Empeera y'ekibi kufa." Naye, baali basobola okuteebwa okuva mu kikolimo ky'etteeka ne balokolebwa mu ku kkiriza mu tteeka ly'erimu ery'omwoyo kubanga Setaani yalimenya.

Abantu baali baakubonabonera mu bulumi, ebizibu n'okufa omulabe Setaani bye yaleeta bwe bafuuka abaddu b'ekibi olw'obujjeemu. Wabula, buli oyo yenna akkiriza Yesu ng'omulokozi era n'afuna n'Omwoyo Omutukuvu asobola okufuna obulokozi, obulamu obutaggwaawo, okuzuukira n'emikisa egikulukuta obukulukusi.

Emiganyulo n'emikisa egy'abaana ba Katonda.

Buli aggulawo omutima gwe era n'akkiriza Yesu Kristo asonyiyibwa, n'afuna obuyinza okufuuka omwana wa Katonda, era n'eyeyagalira mu ddembe n'essanyu mu mutima gwe. Kino kisoboka kubanga Yesu Y'atwala ebibi byaffe byonna omulundi gumu ng'akomererwa ku musalaba. N'olwekyo kigambibwa mu Zabbuli 103:12, *"Ebuvanjuba n'ebugwanjuba bwe biri ewala, bwatyo bw'atutadde ewala ebyoonoono byaffe."* Era mu Abaebbulaniya 10:17-18 wasoma nti *"n'ebibi byabwe n'obujemu bwabwe siri bijjukira nate. Naye awali okiggibwako ebyo, tewakyali kuwangayo ssaddaaka olw'ekibi."*

Tewali kintu kyonna mu nsi munno ekigwaanira okugerageranyizibwa ku buyinza obw'okubeera abaana ba Katonda obugabibwa olw'okukkiriza. Mu nsi muno, obuyinza bw'okubeera abaana ba Kabaka oba pulezidenti bunene nnyo. Olowooza ate obw'abaana ba Katonda Omutonzi afuga ensi yonna era akwatiridde ensi n'abantu bukya bibaawo bwe nkana ki?

Katonda Tatwala kukkiriza kwo ng'okwa nnama ddala, bw'oba oyogera bwogezi nti "Yesu ye Mulokozi" Olina okutegeera Yesu Kristo Y'ani, lwaki Ye mulokozi wo yekka, olyoke obe n'okukkiriza okutuufu okw'esigamiziddwa kw'ebyo. Kati okuba n'okukkiriza okw'ekika ekyo okwa ddala, osobola okuzuula ekigendererwa eky'akwekebwa mu musalaba era n'oyogera nti, "Mukama ye Kristo, era omwana wa Katonda Omulamu." Ekirala osobola okutambulira mw'ebyo Katonda Byayagala. Awatali kukkiriza Kutuufu okwo, kizibu nnyo gwe okuba n'okukkiriza okuva ku ntobo y'omutima gwo era n'otambulira n'emu Kigambo kya Katonda. N'olwekyo nga Yesu bwe yatugamba mu Matayo 7:21 *"Buli muntu ang'amba nti Mukama wange, Mukama wange, si ye aliyingira mu bwakabaka obw'omu ggulu, wabula akola Kitange ali mu ggulu byayagala,"* Yesu yakyogera bulungi nti abo bokka abantu abayita Yesu nti Mukama waabwe, ate n'ebakola ebyo Katonda bya Yagala beebalirokoka.

Tewali Linnya ddala mu nsi okujjako "Yesu Kristo"

Ebikolwa bya batume essula ey'okuna etulaga nga Petero ne Yokaana nga bwe bayatulanga n'obuvumu erinnya lya Yesu Kristo mu maaso g'ekibina kya bakabona. Kubanga bakkiriza n'omazima gonna nti tewali linnya ddala okujjako "Yesu Kristo" abantu bonna bayinza okuyita okutuuka ku bulokozi. Peetero, "ng'ajjude omwoyo Omutukuvu, "yaweebwa amaanyi okwatuula nti "Obulokozi tebusangibwa mu mulala yenna, kubanga tewali linnya ddala lyonna wansi w'eggulu eriweereddwa omuntu mwe tuyinza okulokolebwa."

Makulu ki ag'Omwoyo agali mu linnya "Yesu Kristo?" Era lwaki Katonda teyatuwa linnya ddala lyonna, okujjako erya Yesu Kristo mwe tulina okuyita okulokolebwa?

Enjawulo wakati wa "Yesu" ne "Yesu kristo"

Ebikolwa by'abatume 16:31 watugamba nti *"Kkiriza Mukama waffe Yesu Kristo, onoolokoka ggwe n'ennyumba yo."* Waliwo ensonga enkulu lwaki wasoma nti "Mukama waffe Yesu" so si "Yesu" kyokka.

Wano "Yesu" kitegeeza omusajja ajja okulokola abantu Be ebibi by'abwe. "Krsito" kigambo kya luyonaani ekitegeeza "Omulokozi" mu Hebrew kitegeeza "oyo eyafukibwako amafuta" (Ebikolwa 4:27) era kitegeeza omulokozi nga ye mutabaganya wakati wa Katonda n'abantu. Kino kitegeeza nti "Yesu" lye linnya ly'oyo aliba omulokozi, naye "Kristo" lye linnya ly'oyo omulokozi ey'alokola edda abantu.

Mu biseera by'endaagano enkadde, Katonda yafukanga amafuta ku muntu aliba Kabaka oba kabona, oba nabbi ng'ayiwa amafuta ku mutwe gw'oyo omulonde. (Baleevi 4:3; 1 Samwiri 10:1; 1 Bassekabaka 19:16). Amafuta kabonero ka Mwoyo Mutukuvu. N'olwekyo, okuyiwa amafuta ku muntu kitegeeza okuwa Omwoyo Omutukuvu eri omuntu oyo alondeddwa Katonda.

Yesu yafukibwako amafuta nga Kabaka, kabona omukulu era nabbi era n'ajja mu nsi mu mubiri okulokola abantu bonna okusinziira ku magezi ga Katonda nga ky'ategekebwa nga n'ebiro tebinnabaawo. Yakomerebwa okutununula, era n'afuuka omulokozi waffe ng'azuukira ku lunaku olw'okusatu. Na bwe kityo, Ye mulokozi atuukirizza ekigenderwa kya Katonda eky'okulokola abantu era bwatyo Ye Kristo.

Yesu nga tannakomererwa, tumwogerako nga "Yesu" kyokka. Naye, oluvannyuma lw'okukomererwa n'okuzuukira alina okw'ogerwako nga "Yesu Kristo," "Mukama Yesu" oba "Mukama."

Olina okumanya nti waliwo enjawulo nnene wakati wa "Yesu" ne "Yesu Kristo" Yesu lye linnya lye yali ayitibwa nga tannaba kutuukiriza omulimu gw'obulokozi era Omulabe

Setaani tatya nnyo linnya lino. Erinnya "Yesu Kristo" Litegeeza ebintu bisatu: Omusaayi ogw'atununula mu bibi byaffe: okuzuukira okw'amenya obuyinza bw'okufa, n'obulamu obutaggwaawo. Mu maaso ge linnya lino, omulabe Setaani akankana olw'okutya.

Abantu bangi ekintu kino tebakisaako mulaka, kubanga tebategeera njawulo eriwo. Naye, nga go amazima gali nti Katonda byakola n'ebyaddamu biba bya Njawulo okusinziira ku linnya ly'okowoola (Ebikolwa 3:6).

Bw'osaba Katonda mu linnya lya Mukama waffe Yesu Kristo era n'oba ng'okimanyi, ojja kuba n'obulamu obw'obuwanguzi obujjudde eby'okuddamu ebigirawo mu bwangu ate nga bingi okuva eri Katonda Omuyinza wa byonna.

Obugonvu bwa Yesu obutuukiridde.

Newankubade mu butonde bwa Yesu bw'ennyini yali Katonda, Teyeelowoozaako kwenkanankana Katonda ekintu ekirina obutabuusibwa maaso. Era teyalemera ku buyinza bwe nga Katonda. Yeefuula ekintu ekitaliimu mulaka, Era n'aba omuddu, N'ajjira mu kikula ky'omuntu.

Omuweereza omulungi tabaako ky'ayagala nga ye. Alina kugendera ku bya mukama we. So si ebibye. Kimukakatako ye ng'omuweereza okutuukiriza ebiragiro bya Mukama we. Wadde bikwatagana n'ebibya oba nedda. Yesu yagoberera ebiragiro bya Katonda n'omutima ogw'omuweereza omulungi. Olwo asobole okutuukiriza omulimu gwe ogw'okulokola abantu.

Katonda Yayimusa Yesu, eyagondera okwagala kwa Katonda,

ng'ayogera, "Weewaawo" era "Amiina" eri ekifo ekisingirayo ddala era leka abantu bangi baatula nti ye Mukama.

Era Katonda kye yava amugulumiza ennyo n'amuwa erinnya liri erisinga amannya gonna; buli vviivi lifukaamirire nga erinnya Yesu ery'ebyo'omuggulu n'eby'okunsi n'ebya wansi w'ensi, era buli lulimi lwatulenga nga Yesu Kristoye Mukama waffe, Katonda Kitaffe aweebwa ekitiibwa. (Abafiripi 2:9-11)

Erinnya "Yesu Mukama" lijjulira amaanyi ga Katonda.

Yokaana 1:3 wagamba, *"Ebintu byonna byakolebwa ku bw'oyo. Era awataali ye tewaakolebwa kintu n'akimu eky'akolebwa."* Ng'ebintu byonna mu nsi bwe byatondebwa okuyita mu Yesu, Alina obuyinza okufuga ebintu byonna ng'Omutonzi. Yesu Omwana wa Katonda Omutonzi bwe yalagira, ebintu ebitalina bulamu nga omuyaga n'amayengo by'amugondera era n'ebikakkana, era n'omuti omutiini gwa kalirawo bwe yagukolimira.

Yesu yalina obuyinza obw'okusonyiwa ebibi n'okulokola ab'onoonyi okuva mu kibonerezo ky'ebibi byabwe. Nolwekyo, Yesu yagamba eyali akonzibye mu Matayo 9:2 *"Mwana wange guma omwoyo, ebibi byo bikuggiddwako"* era n'agamba mu lunyiriri olwo 6, *"Naye mutegeere nti ng'omwana w'omuntu alina obuyinza ku nsi okuggyako ebibi..."*

Okwongerako kw'ebyo, Yesu yalina amaanyi okuwonya ebika by'endwadde n'obunafu bw'omubiri obwa buli kika, n'okuzukiza abafu. Yokaana 11 wanyonyola embeera omusajja Lazaalo eyali amaze enaku nnya ng'afudde, bwe yava mu ntaana ng'emikono n'ebigere bizingiddwa mu ngoye, Yesu bwe yakowoola mu ddoboozi eddene nti, "Lazaalo fuluma ojje" yali amaze enaku nnya ng'afudde era ng'atandise n'okuwunya, naye yava mu ntaana ng'omuntu omulamu.

Mu ngeri y'emu, Yesu akuwa buli kimu ky'omusaba n'okukkiriza kubanga Alina amaanyi ag'ekitalo aga Katonda.

Yesu Kristo, Okwagala kwa Katonda.

Nga bwe kyogerebwa mu 1 Yokaana 4:10. *"Mu kino mwe muli okwagala. So si nga ffe twayagala Katonda, naye nga ye yatwagala ffe, n'atuma omwana we okuba omutango olw'ebibi byaffe."* Katonda yalaga okwagala Kwe okutasangika gye tuli. Yatuma omwana We omu yekka ng'omutango bwe twali tukyali b'onoonyi. Katonda yalina okuyita mu bulumi obw'amaanyi era N'aggulawo ekkubo ery'obulokozi bwa bantu omwana We Yesu bwe yakomerewa ku musalaba era n'ayiwa omusaayi. Olowooza Katonda kwagala Yawulira atya okulaba omwana we omu yekka Yesu ng'akomererwa? Katonda yali tasobola kutunula butunuzi ng'atudde ku namulondo ye. Matayo 27:51-54 watugamba engeri Katonda gye Yannyolwamu nga Yesu akomerebwa.

Laba eggigi lya yeekaalu ne liyulikamu wabiri okuva waggulu okutuuka wansi; ensi n'ekankana; enjazi ne zaatika, entaana ne zibikkuka, emirambo mingi egy'abatukuvu abaali beebase ne gizuukizibwa ne bava mu ntaana bwe yamala okuzuukira, ne bayingira mu kibuga ekitukuvu, abantu bangi ne babalaba. Naye omwami w'ekitongole na bali abaali naye nga batunuulira Yesu bwe baalaba ekikankano, n'ebigambo ebibaddewo, ne batya nnyo, ne bagamba nti "Mazima ono abadde Mwana wa Katonda"

Kino kiraga bulungi nti Yesu yakomererwa si lw'abibi Bye, naye olw'okwagala kwa Katonda okunene okusobola okutwala abantu bonna mu kkubo ery'obulokozi. Naye abantu bangi tebakkiriza oba tebategeera kwagala kwa Katonda kuno okunene bwe kuti.

Nga Adamu amaze okujjeema, abantu baali tebasobola kubeera na Katonda era n'ebafuuka ab'ekikula eky'obwonoonyi. Naye, Yesu yajja kunsi era n'afuuka omutabaganya wakati wa Katonda naffe olwo Alyoke awe emikisa gya Emmanueli eri abantu bonna (Matayo 1:23). Okuyita mu bulumi bwa Yesu n'okubonabona Kwe ku musalaba, tufuna okuwummula n'emirembe eby'anamaddala.

N'olwekyo, nsuubira ojja kutegeera okwagala kwa Katonda okunene Eyatuwa omwana we omu yekka ng'omutango ogw'okutununula mu bibi n'okufa okw'olubeerera n'okwagala kwa Mukama, nga newankubadde, teyalina musango, yakomererwa ku lwaffe era Naggulawo ekkubo ery'obulokozi.

Essuula 6

AMAKULU G'OMUSALABA

- Azaalibwa mu kiraalo era n'azazikibwa mw'eziriira
- Obulamu Bwa Yesu Obw'ekyavu
- Yakubibwa era N'ayiwa Omusaayi Gwe
- Okwambala Engule Eya Maggwa
- Ebyambalo bya Yesu n'ekanzu ye
- Yakomererwa mu ngalo n'ebigere
- Amagulu ga Yesu Tegaamenyebwa naye Embirizi Ze zaafumitibwa

OBUBAKA BW'OMUSALABA

Mazima yeetikka obuyinike bwaffe n'asitula ennaku zaffe, naye twamulowooza nga yakubibwa yafumitibwa Katonda n'abonyaabonyezebwa. Naye yafumitibwa olw'okusobya kwaffe, Yabetentebwa olw'obutali butuukirivu bwaffe: Okubonerezebwa okw'emirembe gyaffe kwali ku ye: era emigo gye gye gituwonya. Ffe ffena twawaba ng'endiga, twakyamira buli muntu mu kkubo lye ye: era Mukama atadde ku ye obutali butuukirivu bwaffe fenna.

Isaaya 53:4-6

Mu nteekateeka ya Katonda ey'okufuna abaana abatuufu, ekitundu ekisinga obukulu ky'ekyo nti Yesu yajja ng'omuntu ku nsi kuno, yabonyabonyezebwa mu ngeri zonna, era n'afiira ku musalaba. Okuyita mu bino byonna, Yatuukiriza ekkubo ery'obulokozi bwa bantu.

Katonda okukozesa omusalaba kulina amakulu ag'ebuziba ag'omwoyo. Yesu, omwana omu yekka owa Katonda, okwerekereza ekitiibwa ky'eggulu, yazaalibwa mu kiraalo ky'ensolo, era n'abeera mwavu obulamu Bwe bwonna.

Okwongera kwe kyo, yakubibwa era nakomererwa mu bibattu ne mu bigere Bye, n'ayambazibwa engule ey'amaggwa era n'ayiwa omusaayi na mazzi ng'afumitiddwa effumu mu mbirizi Ze. Buli kubonyabonyezebwa Yesu kwe yayitamu kulimu Okwagala okw'ekitalo okwa Katonda.

Bw'otegeerera ddala obulungi amakulu ag'omwoyo ag'omusalaba n'okubonabona kwa Yesu, omutima gwo guteeka okukwatibwako ku ngeri Katonda gy'atwagalamu era ojja kufuna okukkiriza okutuufu. Era ojja kufuna n'okuddibwaamu eri emitawaana egiri mu bulamu bwo ng' obwavu n'endwadde, saako obwakabaka obw'omuggulu obutaggwaawo.

Azaalibwa mu kiraalo era n'azazikibwa mw'eziriira

Yesu, mu kikula kye kye nnyini Katonda, Yali Mukama w'ebintu byonna mu ggulu, ne ku nsi era oyo asingirayo ddala ekitiibwa. Wadde kiri bwe kityo, Yajja ku nsi ng'omuntu okusobola okununula abantu mu bibi n'okubakulembera eri obulokozi.

Yesu ye Mwana yekka owa Katonda Omuyinza wa buli kintu. Lwaki olwo, Teyazaalibwa mu kifo eky'ebbeeyi, oba wakiri mu munyumba enyirira? Olowooza Katonda ayinza okuba nga Yakigenderera Yesu okuzaalibwa mu kifo ekitali kiyoyoote? Lwaki Yaleka Yesu n'azaalibwa mu kiraalo era n'azazikibwa kibaya?

Waliwo amakulu ag'ebuziba ag'omwoyo mu Kino. Olina okukimanya nti Yesu mu by'omwoyo Yazaalibwa mu ngeri esingayo okuba ey'ekitiibwa. Wadde abantu baali tebasobola kulaba n'amaaso gaabwe ag'omubiri, Katonda yasanyukira nnyo engeri Yesu gye yazaalibwamu Yeetooloza omwana Yesu n'amataala ag'ekitiibwa mu maaso g'ekibiina ekinene eky'egye ery'eggulu ne bamalayika. Osobola okuwulira essanyu Lye Yalimu mu Lukka 2:14, awagamba nti *"Ekitiibwa kibe eri Katonda waggulu ennyo, Ne mu nsi emirembe gibe mu bantu abasiimibwa"* Katonda yali Yategese abasumba abalungi n'abasajja abagezigezi okuva ebuvanjuba era n'abakulemberamu bagende basinze omwana Yesu.

Okutendereza n'okusinza byabeerawo kubanga Yesu yali w'akuggulawo oluggi, olw'obulokozi Bwe yajja ku nsi kuno,

Abantu abatamanyiddwa muwendo baali bajja kuyingira eggulu ery'olubeerera ng'abana ba Katonda era ne Yesu Omwana wa Katonda yali wakuba Kabaka wa bakabaka era Mukama wa bakama.

Ekigendererwa kya Katonda eky'akwekebwa mu kuzaalibwa kwa Yesu.

Yesu bwe yazaalibwa, Kayisaali Augusito n'awa etteeka erya bantu bonna okuwandiikibwa, mu bwakabaka bw'Obusuuli bwonna. Abayudaaya baali wansi w'obufuzi bw'obusuuli era n'abaddayo mu bibuga byabwe okw'ewandiisa n'okutuukiriza etteeka lya Kayisaali. Yusuufu naye n'ava e Nazaaleesi mu kibuga eky'e Galiraaya ne Malyamu gwe yali ayogereza n'ebagenda e Buyudaaya mu kibuga kya Dawudi ekiyitibwa Besirekemu kubanga yali wa mu nnyumba era ekika kya Dawudi. Malyamu eyali ayogerezebwa Yusufu era ng'ali Olubuto olw'Omwoyo Omutukuvu yazaala omwana waabwe omubereberye Yesu, bwe baali bali eyo.

Erinnya "Besirekemu" Litegeeza bugagga era Kabaka Dawudi gye yali yazaalibwa (1 Samwiri 16:1). Mikka 5:2 awandiika ku kibuga Besirekemu bwati: *"Naye gwe Besirekemu Efulasa, ggwe omuto okuba mu nkumi za Yuda, mu ggwe mwe muliva gye ndi aliba omufuzi mu Israeri; okutambulatambula kwe kwadda na dda, emirembe nga teginnabaawo."* Besirekemu kyali kyalagulwa dda ng'ekibuga omulokozi mwalizaalibwa.

Mu kiseera ekyo tewaliwo kifo mu kisulo eky'abagenyi Malyamu ne Yusufu we baali basobola kusula, kubanga enkumi n'enkumi z'abantu baali bazze mu Besirekemu okw'ewandiisa. Eyo, Malyamu enaku ze ez'okuzaala gye z'atuukira era bwatyo omwana n'amuzaalira mu kiraalo, n'amuzinga mu bugoye obw'omwana omuwere n'amwebasa mu kintu ekiwanvu ekiba eky'embaawo oba amakooko mwebalisiza ente oba embalaasi.

Olwo, lwaki Yesu, eyajja ng'omulokozi w'abantu, yazaalibwa mu kifo eky'awansi ennyo bwe kityo?

Okununula abantu abalinga ensolo.

Mu Omubuulizi 3:18 wasoma, *"Kiba bwe kityo olw'abaana ba bantu Katonda aly'oke abakeme, balabe nga bo bennyini balinga ensolo obusolo."* Abantu, abaava mu kifaananyi kya Katonda, balinga ensolo mu maaso ga Katonda. Omuntu ow'olubereberye Adam mu kusooka yali ekitonde ekiramu eky'atondebwa mu kifaananyi kya Katonda. Era yali omuntu ow'omwoyo kubanga Katonda yamuyigiriza ekigambo eky'amazima kyokka.

Naye, Adamu n'alya ekibala eky'omuti ogw'okumanya obulungi n'obubi ekyali ky'agaanibwa Katonda, era bwatyo Omwoyo gwe n'egufa era nga tasobola kwogera na Katonda na katono. Okwo kwossa n'okuba nti yali takyalina buyinza bwonna eri ebitonde. Omulabe sitaani n'aletera Adamu okugoberera obubi era omutima gwe ogwali omulungi era ogujjudde amazima gw'akyuka ne gufuuka omubi era ogutaliimu mazima.

Mu bulamu bwo obw'abulijjo, oyinza okuba wawulirako enjogera egamba nti "Alyawo alinga kisolo" otera okuwulira abantu ab'eyisa ng'ensolo ku mawulire, nga bekkusa bokka, balyake, balimba n'ebabba bakasitoma baabwe, mikwano gyabwe n'abenganda zaabwe. Abazadde n'abaana bagenda n'ebakyawagana nga babulako katono okutemagana.

Abantu bakola ebintu ebibi ng'ebyo kubanga emmeeme ye yafuuka Mukama w'omuntu okuva lwe kiri nti Omutima gw'afa. Era b'ava n'emu kifaanainyi kya Katonda olw'ebibi byabwe. Ng'ensolo ez'atondebwa n'emeeme n'omubiri byokka, abantu ng'abo tebasobola kuyingira ggulu, wadde okuyita Katonda nti Aba, Kitaffe. Yesu yazaalibwa mu kiraalo okununula abantu abatalina njawulo na nsolo.

Yesu y'emmere yaffe ey'omwoyo entuufu.

Yesu yazazikibwa mu bikooko ente oba embalaasi mw'eziriira, okusobola okuba emmere ey'omwoyo etuufu eri abantu abatalina njawulo na nsolo (Yokaana 6:51).

Kwe kugamba, kya kigendererwa kya Katonda okusobola okuleeta omuntu eri obulokozi obujjuvu bamusobozesa okukomyawo ekifaananyi kya Katonda eky'amuvaako era asobole okuddamu okw'eyisa n'okukola ekyo eky'atondesa omuntu. Olwo omuntu Yatondebwa ku kola ki obuvunaanyizibwa bwe, bwe buliwa? Omubuulizi 12:13-14 alina by'atubuulirako;

Ekigambo ekyo we kikoma wano; byonna biwuliddwa: Otyanga Katonda, okwatanga ebiragiro bye; kubanga ekyo bye byonna ebigwanira omuntu. Kubanga alisala omusango gwa buli mulimu wamu Na buli kigambo ekyakwekebwa, oba nga kirungi oba nga kibi.

"Okutya Katonda" Kitegeeza ki? Engero 8:13 watubuulira kye kitegeeza *"Okutya mukama kwe kukyawa obubi"* N'olwekyo, okutya Katonda bwe butaddamu kukkiriza kibi ng'ate bw'osuula n'eri obubi bwonna obuli munda mu mutima gwo munda.

Bwoba nga ddala otya Katonda, olina okukola buli kisoboka okusuula eri buli kibi, era n'okulwanisa ekibi n'okukyegyako okutuuka ku ssa ly'okuyiwa musaayi. Ng'abayizi abasoma ennyo okusobola okufuna ebiseera by'omu maaso ebirungi. Olina okukola buli kisoboka okutya Katonda era otuukirize obuvunaanyiza obujjuvu obw'atonderwa omuntu okusobola okw'eyagalira mu kwagala kwa Katonda n'emikisa.

Mu Baibuli, osobola okusangamu ebiragiro bya Katonda bye Y'awa abaana Be nga "mukolenga kino; kino temukikolanga; kino mukijjukiranga; kino mikirwanisanga." Era Katonda N'atugamba nti abaana ba Katonda kye balina okukola kwe "kusaba, okwagala, okwebaza n'ebirala bingi. Ate ku ludda olulala, Katonda N'atulagira obutakola bintu ebituviirako okufa ng'obukyaayi, obwenzi n'obutamivu."

Era N'atugamba okugondera amateeka nga gano "Mukuume olunaku lwa Ssabbiiti nga lutukuvu," "okutuukirizanga obw'eyamo bwo" n'ebiringa ebyo. Katonda era atukubiriza okusuula eri ekintu eky'akabi gamba nga, "mwewale buli kika kya bubi, "musuule eri omulugube," n'ebirala.

Buvunaanyizibwa bwa muntu obujjuvu okutya Katonda,

n'okuwulirira ebiragiro Bye. Katonda ajja kutuvunaana buli kye twakola ku lunaku olw'omusango, buli kintu eky'akisibwa oba kirungi oba kibi. N'olwekyo, bwe weyisa ng'ekisolo n'otatuukiriza buvunaanyizibwa bw'omuntu obujjuvu. Kiba kitegeeza nti ogenda butereevu mu geyeena okusinziira ku nsala ya Katonda.

Mu ngeri y'emu, Yesu yazaalibwa mu kiraalo era n'azazikibwa ensolo mw'eziriira okununula abantu abatalina njawulo na nsolo era afuuke emmere ey'omwoyo gye bali.

Obulamu Bwa Yesu Obw'ekyavu

Yokaana 3:35 wagamba, *"Kitaffe ayagala Omwana we; era Yamuwa byonna mu mukono Gwe."* Mu Abakkolasaayi 1:6 wasoma nti *"Kubanga mu oyo ebintu byonna mwe byatonderwa mu ggulu ne ku nsi, ebirabika n'ebitalabika, oba nga ntebe za bwakabaka, oba bwami, oba kufuga, oba masaza, ebintu byonna byatondebwa ye, era ne ku lu lwe"* Kwe kugamba, Yesu ye mwana wa Katonda Omutonzi yekka, era Mukama w'ebintu byonna mu ggulu ne ku nsi.

Lwaki, olwo, yajja mu nsi eno mu ngeri eye kyavu bwetyo, newankubadde nga mu kikulu kye kyennyini Katonda Omuyinza wa buli kinty era nga Mugaga mu buli kimu?

Okununula Abantu Okuva Mu Bwavu

2 Abakkolinso 8:9 wasoma nti *"Kubanga mutegeere ekisa kya Mukama waffe Yesu Kristo, nti bwe yali omuggagga, naye*

n'afuuka omwavu ku lwammwe, obwavu bwe bulyoke buggaggawaze mmwe." Okwagala kwa Katonda okungi kweyoleka mu kino. Yesu wadde yali Kabaka wa bakabaka, Mukama wa bakama, era nga Ye mwana yekka owa Katonda Omutonzi yeerekereza ekitiibwa ky'eggulu kyonna, n'ajja mu nsi eno, era n'abeera mu bulamu obw'ekyavu, nga bwagumira okuyisibwamu amaaso kwa bantu okusobola okununula abantu mu bwavu.

Olubereberye, Katonda yatonda omuntu okulya n'okutwala ebibala awatali kubituyanira era n'okubeera mu bulamu obw'eyagaza awatali kulafubana. Naye, omuntu ey'asooka Adamu bwe yajjeemera ekigambo kya Katonda era n'ayonoona, omuntu yasigalira okulya emmere okuyita mu kulafubana era ng'atuyana. Olwa kino, omuntu ebiseera ebisinga abeera mu bwetaavu era mu bwavu.

Obwavu bwo nga bwo tekiva mu kwonoona, n'olwekyo Yesu teyayiwa musaayi Gwe kutununula mu bwavu. Naye, obwavu kikolimo eky'eyoleka oluvanyuma lwa Adamu okw'onoona mu maaso ga Katonda, N'olwekyo Yesu yakufuula omuggagga olw'okuba ye yabeerawo mu bwavu.

Abamu bagamba nti Obulamu bwa Yesu "Obwekyavu" butegeeza obwavu obw'Omwoyo. Naye, olw'okuba Yesu yabeera mu lubuto ku bwa Mwoyo Mutukuvu era ali omu ne Katonda Kitaffe, tekiba kituufu okulowooza nti Yali mwavu mu mwoyo.

Olina obutakyerabira nti Yesu yabeera mu bwavu okukununula mu bwavu era ng'osobola okubeera mu bulamu obuteyagga n'okwebaza olw'okwagala n'ekisa kya Katonda.

Abamu bagamba nti kikyamu okusaba sente mukusaba. Abalala balowooza nti bw'oba omukristaayo, olina kubeera mwavu. Kyokka ng'ekyo si Katonda kya Yagala.

Mu Baibuli, osoma eby'awandiikibwa bingi eby'ogera ku mukisa okugeza, bw'osoma mu Ekyamateeka olw'okubiri 28:2-6 nti:

N'emikisa gino gyonna ginaakujjiranga ginaakutuukangako, bwonoowuliranga eddoboozi lya Mukama Katonda wo. Onoobanga n'omukisa mu kibuga, era onoobanga n'omukisa mu kyalo. Ekibala ky'omubiri gwo kinaabanga n'omukisa, n'ekibala ky'ettaka lyo, ne kibala kye kisibo kyo, ezzadde ly'ente zo n'abaana b'embuzi zo. Ekibbo kyo kinaabanga n'omukisa, n'olutiba lwo olw'okugoyeramu. Onoobanga n'omukisa bw'onooyingiranga era onoobanga n'omukisa bw'onoofulumanga.

3 Yokaana 1:2 watukubiriza nti, *"Omwagalwa, nsaba obeeranga bulungi mu bigambo byonna era obeerenga n'obulamu, ng'omwoyo gwo gubeera obulungi."* Ky'amazima nti abasajja ba Katonda be yalonda nga Ibulayimu, Isaaka, Yakobo, Yusufu ne Danyeri bonna babeera mu bulamu obugagga.

Okubeera Mu Bulamu obugagga.

Mu butuukirivu Bwe, Katonda akuleka n'okungula ebyo by'osiga. Ng'abazadde bwe baagala okuwa abaana baabwe ebirungi byokka ne Katonda wo ajjudde okwagala ayagala akuwe buli ky'osaba mu kukkiriza (Makko 11:24).

Katonda ayagala okukuwa by'osaba n'emikisa, naye tosobola kufuna kintu kyonna nga tokisabye oba ng'osabye ng'omala g'asaba. Kitegeeza nti bw'ogezaako okukungula nga tolina ky'sizze, obeera ng'asekerera Katonda era ng'okontana n'etteeka ery'omwoyo.

Abamu bayinza okugamba, "Njagala okusiga naye sisobola kubanga ndi mwavu." Naye mu Baibuli, osangamu abantu bangi abaavu ennyo naye nga baakola kye basobola kyonna okusiga era ne baweebwa omukisa omunene ng'empeera.

Mu Bassekabaka Eky'olubereberye 17, twesanga nti waliwo enjala mu nsi eyamala emyaka esatu n'ekitundu. Naye nga bakyali mu enjala eyo, nnamwandu mu Zelefaasi ekya Sidoni yakolera nabbi Eriya akagaati mu Lubatu lw'obutta n'otufuta tweyali asigazza. Katonda yamusanyukira nnyo olw'okugabira omuddu We akatono ke yalina era n'amuwa nnyo omukisa: eppipa y'obutta teyaddamu kukendeerako, n'akasumbi k'amafuta tekakendeera okutuusa olunaku Katonda lwe yabawa enkuba ku nsi (1 Bassekabaka 17: 14).

Ku mukolo ogumu mu biseera bya Yesu nnamwandu omwavu y'asuula obusente bubiri obwenkana kodulanti mu gwanika lya yeekaalu. Wadde kyali bwe kityo, Yesu yamusanyukira nnyo n'agamba nti namwandu yali awaddeyo nnyo okusinga abalala bonna. Kubanga yali awaddeyo mu bwavu era n'awaayo konna k'eyalina kyokka ng'abalala baawaayo ku byali bifikidde (Makko 12:42-44).

Ekisinga obukulu kwe kwagala kwo okuwaayo buli kimu eri Katonda. Katonda talaba bungi bw'owaayo, wabula awunyiriza akawoowo ako akalungi ak'okw'agala n'okukkiriza by'oba n'abyo mu era n'alyoka okuwa omukisa mu bungi.

Yakubibwa era N'ayiwa Omusaayi Gwe

Nga tennaba kukomerebwa, abaserikale abalooma baadduulira era n'abavvola Yesu nga bamukuba empi mu maaso, nga bamufugira amalusu, n'ebirala. Era n'ebamukuba emiggo n'olukoba olw'akolebwa mu ddiba nga kuliko amalobo eg'ebyuma.

Mu nnaku ezo, abaserikale Abalooma be baali basinga obukambwe, empisa era nga b'ebasinga n'amaanyi mu nsi yonna. Olowooza bakozesa bukambwe n'amaanyi ga ngeri ki bwe baamwambula n'abatandika okumukuba? Buli muggo gwe baamuwuulangam nga guyuza ennyama okutuuka ku ggumba, era omusaayi n'egutiriika.

Okutuukiriza obunabbi bwa Isaaya "Nawaayo amabega gange eri abakuba," Yesu teyageezaako kwewoma muggo gwonna (Isaaya 50:6).

Okuwonya Endwadde n'obugonvu

Lwaki, olwo, Yesu yakubibwa n'olukoba era lwaki yayiwa omusaayi gwe? Lwaki Katonda yakkiriza kino okutuuka ku mwana We? Isaaya 53 annyonnyola ekigendererwa kya Yesu okubonyabonyezebwa n'okutulugunyizibwa.

Naye yafumitibwa olw'okusobya kwaffe, yabetentebwa olw'obutali butuukirivu bwaffe: Okubonerezebwa okw'emirenbe gyagffe kwali ku ye; era emiggo gye gye gituwonya. Ffe ffenna twawaba ng'endiga; twakyamira buli muntu mu kkubo lye ye; era Mukama atadde ku ye obutali butuukirivu bwaffe ffenna (Isaaya 53:5-6).

Yesu yafumitibwa era n'abetentebwa olw'okusobya kwo n'obutali butuukirivu bwo. Yabonerezebwa, yakubibwa era n'ayiwa omusaayi okukuwa gwe emirembe n'okukutakuluza ku ndwadde zonna.

Mu Matayo 9, Yesu bwe yawonya omulwadde eyali akonzibye nga agalamiziddwa ku mukeeka, Yasooka kugonjoola kizibu kye eky'ebibi nga agamba, "Ebibi byo bisonyiyidwa." Awo Yesu n'alyoka amugamba nti "Golokoka otambule, kwata omukeeka gwo odde eka."

Mu Yokaana 5, Yesu ng'amaze okuwonya omuntu eyali amaze n'endwadde emyaka asatu mu munaana yamugamba, *"Laba oli mulamu, toyonoonanga nate ekigambo ekisinga obubi kireme okukubaako"* (Yokaana 5:14).

Baibuli ekugamba nti endwadde zikugira olw'okuba ebibi

byo. N'olwekyo wetaaga omuntu asobola okugonjoola ekizibu kyo eky'ekibi, okusobole okuba nga tolina ndwadde. Wabula awatali kuyiwa musaayi, tewasobola kuba kusonyiyibwa (Baleevi 17:11).

Ye nsonga lwaki, mu Ndagaano Enkadde, omuntu bwe yakolanga ekibi, kabona yasalanga ensolo ng'ekiweebwaayo nga ssaddaaka. Naye kati, tokyetaaga kussaddaaka nsolo ng'ekiweebwaayo, kasita Yesu y'ajja ng'omuntu mu nsi eno n'ayiwa omusaayi gwe ogutaaliiko bbala wadde olufunyiro era ogw'amaanyi. Omusaayi gwa Yesu omutukuvu gwatangirira ebibi by'abantu abaaliiwo, abaliwo Kati, n'abo abalibaawo.

Okutwala obunafu bwaffe n'endwadde zaffe.

Matayo 8:17 wagamba, *"Ekigambo kituukirire ekyayogerwa nnabbi Isaaya, ng'agamba nti Ye yennyini yatwala obunafu bwaffe, ne yeetikka endwadde zaffe."* N'olwekyo bwoba omanyi lwaki Yesu yakubibwa era N'ayiwa omusaayi Gwe, era n'okikkiririzaamu, tewali nsonga lwaki obonabona n'obunafu saako endwadde.

1 Peetero 2:24 wagamba, *"Olw'ebiwundu Bye gwe owonyezeddwa."* Ekiseera ekiriwo kati kye kikozeseddwa mu bigambo ebyo kubanga Yesu yanunula dda abantu mu bibi byabwe.

Nga tetufudde ku kya kwogera bwogezi nti okkiririza mu mazima nti Yesu y'ettika obunafu bwaffe n'endwadde olw'okukubibwa kwe n'okuyiwa omusaayi Gwe, Lwaki abamu ku ffe tukyalumwa endwadde?

Okuva 15:26 Wagamba nti, *"N'ayogera nti Oba ng'owulira nnyo eddoboozi lya Mukama Katonda wo, n'okola obutuukirivu mu maaso ge, n'owulira amateeka ge, n'okwata by'alagira byonna, sirikuteekako ggwe endwadde zonna ze nnateeka ku Bamisiri. Kubanga nze MUKAMA akuwonya."* Kino kitegeeza nti bw'okola ekituufu mu maaso ga Katonda, tewali ndwadde ejja kukukwata, kubanga Katonda n'amaaso Ge ag'omuliro ogubumbujja gakukuuma eri endwadde.

Katutwale eky'okulabirako. Omwana bwakomawo eka ng'akaaba oluvanyuma lw'okukubibwa omwana wa mulirwana, Engeri abazadde gye bakwatamu ensonga eno z'anjawulo nnyo okusinziira ku kukkiriza kwabwe.

Omu ayinza okuyigiriza omwana we bwati "Lwaki gwe gwe bakuba buli kiseera? Oli bwa kukuba omulundi gumu, gwe mukube emirundi ebiri oba esatu," Omuzadde omulala ayinza okugenda eri abazadde abakubye omwana we, n'abagamba nti omwana waabwe akubye omwana we. Ate omuzadde omulala ayinza obutabaako kya kola kw'ebyo ebibi naye n'anyiiga nnyo mu mutima gwe.

Naye nga Katonda akugamba obutasasula bubi na bubi, tusasula obubi n'obulungi, Yagala abalabe bo era olabe nti tokubagana n'amuntu yenna, nga agamba *"Naye omuntu bwakukubanga oluba olw'addyo, omukyukizanga n'olwa kkono."* (Matayo 5:39).

N'olwekyo, bwokola ekituufu mu maaso ga Katonda, si kizibu ggwe okukuuma ebiragiro bya Katonda n'amateeka ge. Bwosigala nga osaba era n'ofuba nga bw'osobola, Ekisa kya Katonda n'amaanyi bikukkako era osobola okukola ekintu kyonna ng'oyambibwako Omwoyo Omutukuvu. Bw'osuula eri ebibi byonna, era n'okola ebyo ebituufu mu maaso ga Katonda, endwadde tezisobola kukulumba. Endwadde n'ebwezikuggira, Katonda Awonya Akusonyiwa ebibi byo era n'akuwonyeza ddala bwogezaako okwekebera kiki ekiyinza okuba nga kye kivaako obuzibu. Mu maaso ga Katonda era ne weenenya n'omutima gwo gwonna.

Wadde oyogera n'akamwa ko nti Katonda ye Muyinza wa byonna, bwe wesigama ku nsi oba n'ogenda mu ddwaliro ng'olina ekizibu oba obulwadde, Katonda takisanyukira kubanga kino kikakasa nti tokkiririza ddala mu Katonda Omuyinza wa byonna (2 Eby'omumirembe 16).

Okwambala Engule Eya Maggwa

Engule mu mazima eba ya Kabaka wamu n'obyambalo eby'obwakabaka. Wadde Yesu ye mwana yali omwana omu yekka owa Katonda, Kabaka wa bakabaka era Mukama wa bakama, y'ayambala engule ey'akolebwa mu maggwa amawanvu ate amanene, mu kifo ky'engule ennungi ennyo ekoleddwa mu zaabu, ffeeza ne mu mayinja ag'omuwendo.

….abasserikale ne baluka engule ey'amaggwa, ne bagissa ku mutwe gwe, n'olumuli mu mukono gwe ogwa ddyo; ne bafukamira mu maaso ge, ne bamuduulira, nga bagamba nti "Mirembe, Kabaka wa ba W'abayudaaya!"

ne bamuwandira amalusu, ne batoola olumuli luli ne bamukuba mu mutwe. (Matayo 27:29-30).

Abaserikale abaluumi, bawetaweta amaggwa n'ebakola engule nga ntono nnyo ku mutwe gwa Yesu, n'ebagikakaatikako nga bwe banyigiriza era n'enywerako bulungi. Olwo amaggwa ne gafumita obwenyi Bwe n'omutwe, era omusaayi n'egukulukuta mu maaso Ge. Lwaki Katonda Omuyinza wa byonna yaganya omwana we omu yekka okwambazibwa engule ey'amaggwa, n'ayita mu kulumwa okungi bwe kutyo era N'ayiwa omusaayi Gwe?

Ekisooka, Yesu yayambala engule ey'amaggwa okutununula mu bibi by'etuzza mu kulowooza.

Omuntu ey'atondebwa Katonda, bwe yayogeranga Naye, era n'agondera ekigambo Kye, teyakolanga kibi kyonna kubanga yalowoolezanga mu ebyo Katonda byayagala, era n'amugondera.

Naye, bwe yakemebwa Omusota era n'atwala ekirowoozo Setaani kye yamuwa, amangu ago n'ayonoona. Yali talowoozangangako kulya ku muti ogw'okumanya obulungi n'obubi nga tannafuna kirowoozo kino. Bwe yamala okukemebwa, y'akirya kubanga ekibala kyalabika nga kirungi okulya era nga kisanyusa amaaso era nga kyegombebwa okuleeta amagezi.

Mu ngeri yemu, Setaani, eyaleeta omuntu ey'asooka Adamu ne Kaawa okujeemera Katonda na kaakano akola nnyo okukwonoonesa mu birowoozo.

Mu bwongo bw'omuntu, mulimu obutafaali obuvunaanyizibwa ku kujjukira. Okuva nga wakazaalibwa, by'olabye, by'owulidde era n'ebyoyize byateekebwa mu butafaali buno nga bwe wawulira oba okulaba ebyo ebyabaawo, abantu abantu b'omanyi, amagezi g'ofunye era kino kye tuyita "okumanya" kye tuyita "ebirowoozo" ye ngeri gy'ofulumyamu okumanya kuno okuterekeddwa mu bwongo, mu mmeeme yo.

Abantu bakulidde mu mbeera ez'enjawulo. Bye balabye, bye bawulidde era bye bayize byawuka ku bya balala era n'ebiteerekeddwa mu bwongo bwabwe byawuka. Wadde nga bye balabye bye bawulidde oba bye bayize bye bimu, buli omu alina engeri eyiye gye yabitwalamu era ye nsonga lwaki abantu balina empisa ez'enjawulo.

Ekigambo kya Katonda ebiseera ebisinga kikontana n'okumanya kwaffe, saako ebyo bye tukiririzaamu. Eky'okulabirako, oyinza okulowooza nti bwoba oyagala okuba ow'amaanyi, era agulumizibwa olina okukola kyonna ekisoboka okuwangula abalala. Naye Ye Katonda Atuyigiriza nti omuntu yenna ey'etowaza n'eyekakkanya aligulumizibwanga (Matayo 23:12).

Abantu abasinga balowooza nti kyabutonde omuntu okukyaawa omulabe we. Naye Katonda Akugamba "yagala omulabe wo" era "omulabe wo bwaba omuyala, muliise, bwaba omuyonta muwe eky'okunywa."

Ebirowoozo bya Katonda bya mwoyo naye eby'abantu bya mubiri. Omulabe Setaani akuwa ebirowoozo eby'omubiri asobola okukukema gwe ovve ku Katonda, n'akubuzabuza oleme kufuna kukkiriza okutuufu era n'akusendasenda eri amakubo ag'ensi ag'alina okukuleetera okwonoona n'okufa okwolubeerera. Mu Matayo 16:21 n'enyiriri eziddirira, Yesu yanyonnyola abayigirizwa be nti yali wakuyita mu kubonyabonyezebwa kungi, nti era ajja kuttibwa ku musalaba era azuukizibwe ku lunaku olwo'kusatu. Peetero bwe yawulira bino, Peetero n'azza Yesu ebbali n'atandika okumunenya ng'agamba, "Nedda, Mukama wange, ekyo tekirikubaako n'akatono." Naye Yesu n'akyuka era n'akayukira Peetero nti, "Dda ennyuma wange, Setaani, oli nkonge gye ndi; kubanga tolowooza bya Katonda wabula eby'abantu" Yesu bwe yakayuukira Peetero nti "Dda ennuma wange" Yali tategeeza nti Peetero yali Setaani, nti naye yali setaani yennyini eyali akola mu birowoozo bya Peetero okulemesa omulimu gwa Katonda.

Ekyo kyali lwakuba Yesu yalina okwettika omusalaba ku lw'obulokozi bw'omuntunga okwagala kwa Katonda bwe kwali. Naye Peetero yagezaako okumulemesa okukola okwagala kwa Katonda ne birowoozo bye eby'omubiri.

Omutume Paulo bwati bwawandiika mu 2 Abakkolinso 10:3-6 :

Kuba newankubadde nga tutambulira mu mubiri, tetulwana kugobereranga mubiri kubanga eby'okulwanyisa eby'entalo zaffe si bya mubiri, naye bya maanyi eri Katonda olw'okumenya ebigo nga tumenya empaka na buli kintu ekigulumivu ekikulumbazibwa okulwana n'okutegeera kwa Katonda era nga tujeemula buli kirowoozo okuwulira kristo era nga tweteeseteese okuwalana eggwanga ku butagonda bwonna okugonda kwammwe bwe kulituukirira.

Olina okuzikiriza endowooza zo n'okutegeera ezigunjuddwawo era zikontana n'obwa Kabaka obwa Katonda. Wamba buli kirowoozo okifuulu ekiwulize eri Kristo okusobola gwe okussa ekimu n'amazima bwotyo bw'onoofuuka omuntu ow'Omwoyo era akkiriza.

Olina okusuula eri ekirowoozo nti olina okuddiza oyo aba akukubye ate nnyo, olwo olyoke oleme okuyisibwamu amaaso, kubanga ekyo kirowoozo kya mubiri ekikontana n'amazima.

N'olwekyo olina okulekayo ebibi byonna ebiyita mu kulowooza. Okusobola okukakkanyiza ddala ekizibu ky'ebibi, olina okusooka ddala okulekayo buli kwegomba, okw'omuntu ow'ekibi, okw'egomba okw'amaaso go, n'amalala g'ensi. Bino bye birowoozo ebitali birung'amu Setaani mwayitira.

Okwegomba kw'omuntu omubi, bye birowoozo ebiva mu mmeeme, era kuba kwegomba okukontana n'ebyo Katonda by'ayagala. Abaggalatiya 5:19-21 attotola okw'egomba okw'ekika kino:

Naye ebikolwa by'omubiri bya lwatu:bye bino obwenz,empitambi, obukaba, okusinza ebifaananyi, okuloga, obulabe, okuyomba, obuggya, obusungu, empaka, okweyawula, okwesalamu, ettima, obutamiivu, ebinyumu, n'ebinga ebyo.

Okuyayaana okukola ekyo Katonda kyalagira okuleka kwe

kw'egomba kw'omuntu ow'omubiri. Okwegomba kw'amaaso g'omuntu kitegeeza nti emmeeme y'omuntu etwaliddwa nnyo ebyo by'alaba, n'ebyawulira era n'atandika okuluubirira okufuna ebyo emmeeme by'eyegombye. Omuntu bwayagala ensi n'afuba okufuna ebyo amaaso ge bye galabye, eby'okwegomba bino bye bifuuka eby'omuwendo gyali era aba talina kimumatiza.

Emmeeme eyamalala ejja mu muntu bwatandika okufuna eby'okwegomba by'ensi mukaweefube we ow'okufunira emmeeme ye bye yegomba era n'amaaso ge by'egalaba. Kino kye kiyitibwa amalala g'ensi.

Okusobola okutununula mu bugwenyufu obwa buli kika, obumenyi bw'amateeka, n'obubi, Yesu y'ayambala engule ey'amaggwa era n'ayiwa omusaayi Gwe. Okuva lwe kiri nti omusaayi gwa Yesu ogutalina bbala wadde olufunyiro gwe gwalina okutununula mu bibi byaffe, Yatununula mu bibi byonna ebikolebwa mu kulowooza ng'ayambala engule ey'amaggwa ku mutwe gwe wamu n'okuyiwa omusaayi Gwe.

Eky'okubiri, Yesu yayambala engule ey'amaggwa okusobozesa abantu okwambala engule ennungi mu ggulu.

Ensonga endala ey'amwambazisa engule ey'amaggwa kwe ku kusobozesa gwe okufuna engule ezisingako. Nga bwe yakununula mu bwavu era n'akuwa obugagga olw'okuba Ye Yabeera mu bulamu obw'ekyavu, era Yayambala engule ey'amaggwa okukusobozesa gwe okufuna engule ennungi mu ggulu.

Engule ezitabalika zitegekeddwa okuweebwa abaana ba Katonda mu ggulu. Waliwo emidaali egy'azaabu, egya ffeeza n'egy'ebikomo egiweebwa abawanguzi okusinziira ku ngeri gye bazze bansengekebwa mu mpaka z'emisinde. Mu ngeri y'emu ne mu ggulu, ejja kubaayo engule ez'enjawulo.

Waliyo engule etayonooneka nga bweyogeddwako mu 1 Abakkolinso 9:25: *"Era buli muntu awakana yeegendereza mu byonna. Kale bo bakola bwe batyo balyoke baweebwe engule ery'onooneka, naye ffe etayonooneka."* Engule etayonooneka etegekeddwa abaana ba Katonda, abafuba okusuula eri ebibi byabwe era ne batambulira mu kigambo kya Katonda era n'ebamugulumuza (1 Peetero 5:4) Engule ey'obulamu etawotoka, nayo etegekeddwa okuweebwa abo abagala ennyo Katonda, nga besigwa Gyali n'okutuuka ku ssa ery'okufa, era ne bafuuka abatuukirivu nga balekayo buli kibi kyonna (Yakobo 1:12; Okubikkulirwa 2:10).

Engule ey'obutuukirivu eweebwa abo, ng'omutume Paulo. N'abo bafuuka batuukirivu nga baleka ebibi byonna ate ne batuukiriza bulungi n'omulimu ogw'abaweebwa nga bagoberera okwagala kwa Katonda (2 Timoseewo 4:8).

Era mu Okubikkulirwa 4:4 wanyonyola nti *"Entebe ey'obwakabaka yali yeetooloddwa entebe ez'obwakabaka amakumi abiri mu nnya: ne ku ntebe kwaliko abakadde amakumi abiri mu bana nga batudde, nga bambadde engoye enjeru ne ku mitwe gyabwe engule eza zaabu."* Engule eya zaabu etegekerwa abantu abatuuka ku mutendera ogw'obukadde era abanaayamba Katonda mu Yerusaalemi empya.

Wano "abakadde" tekyogera ku bantu abaweewa ekitiibwa ekyo mu makanisa ag'omu nsi muno, naye kyogera ku bantu Katonda balabye ng'abasanidde okuba abakadde kubanga batukuvu era besigwa mu byonna mu nyumba ya Katonda, era nga balina okukkiriza okutakyuuka nga zaabu.

Katonda awa engule ez'enjawulo eri abaana be okusinziira ku ngeri gye bavudde mu bibi n'engeri gye batuukirizaamu emirimu gya Katonda. Abaana ba Katonda bajja kuba ba maanyi mu ggulu era bajja kufuna engule ezisingako bwe batalowooza ku kutuukiriza kwegomba okw'obubi era ne beeyisa bulungi okusinziira ku kigambo kya Katonda. (Baruumi 13:13-14), bwe banaafuganga emmeeme yaabwe nga batambulira mu mwoyo (Abaggalatiya 5:16) era ne batuukiriza obuvunaanyizibwa bwabwe n'emirimu gya Katonda mu kukkiriza!

Mu ngeri y'emu Yesu yakununula okuva mu bibi byonna by'ozza okuyita mu kulowooza ng'ayambala engule ey'amaggwa era n'ayiwa omusaayi Gwe. Nga wandimwebazizza nnyo! kubanga Ategeka engule ennungi mu ggulu okugikuwa okusinzira ku kukkiriza kwo n'engeri gy'otuukirizaamu omulimu gwo!

N'olwekyo olina okumanya nti kya kitiibwa nnyo okuba ng'osaanira okufuna engule ezo. Awo nno olina okubeera n'omutima gwa Mukama ng'oleka buli kibikyonna, okule bulungi obuweereza bwo, era obeera mwesigwa mu byonna mu nyumba ya Katonda. Nsuubira nti ojja kufuna engule esingayo mu ggulu olw'okukola kyonna ky'osobola.

Ebyambalo bya Yesu n'ekanzu ye

Yesu, eyali ayambadde engule ey'amaggwa era ng'ayiwa omusaayi omubiri Gwe gwonna olw'okukubibwa ennyo, yajja egologoosa, ekifo weyalina okukomererwa. Abaserikale abaluumi bwe bakomerera Yesu ne batwala ebyambalo Bye ne bazaawulamu emiteeko ena, buli gumu nga gw'omu ku bbo. Ekanzu ye tebagiyuzaamu naye bagikubako akalulu.

Awo basserikale bwe bamala okukomerera Yesu, ne batwala ebyambalo Bye, n'ebateeka emiteeko enabuli sserikale muteeko; n'ekkanzu ye teyatungwa, yalukibwa bulukibwa yonna okuva waggulu. Ne bagamba bokka na bokka nti "tuleme okugiyuuzamu, naye tugikubire akalulu, tulabe anaaba nnyiniyo." (Yokaana 19:23-24).

Lwaki ekigambo kya Katonda kinyonyola mu mujjuvu ku ngoye n'ekkanzu ebya Yesu? Ebyafaayo bya Isiraeri okuva mu mwaka gwe 70 nga Yesu amaze okufa byeyolekera nnyo mu makulu ag'omwoyo agali mu nsonga eno.

Okumwambula n'okumukomerera

Okusinziira ku Matayo 27:22-26, Olw'okusaba k'wAbayisiraeri abatalaba Yesu ng'omununuzi, Yesu yasalibwa ogw'okukomererwa Pontiyasi pirato, ng'amaze okuduulirwa n'okuyisibwamu amaaso mu ngeri ez'enjawulo. Ng'amaze okwambala engule ey'amaggwa era ng'adduuuliddwa n'okuvvolebwa, Y'ettika omusalaba okugende e Ggologoosa era eyo Gye yakomererwa. Pirato yalagira abaserikale okuteeka ekiwandiiko ekyaliiko omusango ogwali gumuvunaanwa waggulu w'omutwe Gwe, nga kisoma nti, *"ONO YE YESU KABAKA WABAYUDAAYA"* (Matayo 27:37). Ekiwandiiko kyawandiikibwa mu lulimu olubaebulaniya, mu lu latini ne mu luguliiki Olubaebulaniya lwe lwali olulimi oluzaalirwana mu bayudaaya, abantu ba Katonda abalonde. Olulatini lwe lwali olulimi olutongole mu bwakabaka bwa Looma, era nga bwe bwakaba obwali businga amaanyi ebiseera ebyo, ate oluguliiki lwe lwali olulimi olwali lukkirizibwa mu nsi yonna. N'olwekyo, ekiwandiiko okuwandiikibwa mu nnimi zino zonna esatu, kiraga nti ensi yonna yakkiriza nti Yesu ye Kabaka wa Bayudaaya era Kabaka wa bakabaka.

Okusinziikira ku Yokaana 19:21-22 nga bamaze okusoma ekiwandiiko, Abayudaaya baawakanya nnyo Pirato obutawandiika, "Kabaka wa Bayudaaya" ng'abagala awandiike nti, "Omusajja ono yali yeeyita kabaka wa bayudaaya." Naye, Pirato n'abaddamu nti, "Kye mpandiise, kye kye mpandiise," era n'akireka nga takikyusizza. Kino kitegeeza nti ne Pirato yakkiriza nti Yesu Ye Kabaka wa Bayudaaya.

Nga Pirato bwe yakkiriza nti Yesu ye Kabaka wa Bayudaaya, mu butuufu Ye mwana omu yekka owa Katonda, Kabaka wa bakabaka era Mukama wa bakama. Wadde kiri bwe kityo, mu maaso g'abantu abangi nga bonna bamulaba, Yesu Yayambulwa engoye ze n'ekanzu era N'akomererwa ku musalaba. Mu ngeri eyo N'agumira obuswavu obw'enkanidde awo.

Tuli munsi engw'enyufu eti, nga twerabira obuvunaanyizibwa

bw'omuntu. Era okutununula mu buswaavu obw'ekikula kyonna, obuwemu ob'wabuli kika, obugwenyufu, n'obumenyi bw'amateeka bwonna, Yesu Kabaka wa bakabaka Y'ayambulwa engoye n'ekanzu Ye n'swazibwa eri abantu bonna abaali balaba. Bwoba otegeera amakulu ag'omwoyo agali mu kino, tolina kyoyinza kukola okugyako okwebaza obwebaza.

Okugabanya Ebyambalo bya Yesu Mu miteeko ena

Abaserikale Abaruumi b'ayambula Yesu n'ebamukomerera. B'atwala engoye Ze ne bazigabanyaamu emiteeko ena naye ne bakuba akalulu ku kkanzu ye.

Amagezi amazaale gakimanyi nti engoye za Yesu zaali teziyinza kuba nga zaali nnungi oba nga za bbeeyi. Naye lwaki abaserikale bagabanya engoye ze mu miteeko ena?

Olowooza baali baakimanyi, mu kulabira ewala, nti Yesu aligulumizibwa ng'omununuzi nga baayagala basigaze wakiri olugoye lwe ng'ekijjukizo bazukulu baabwe kwe baliraba? Nedda, ekyo sib we kyali. Zabbuli 22:18 y'alagula nti, *"Bagabana ebyambalo byange,"* Katonda yaganya abaserikale bano okugabana engoye ze okutuukiriza olunyiriri luno (Yokaana 19:24).

Olwo, makulu ki ag'omwoyo agali mu ngoye za Yesu? Lwaki baagabanya engoye ze mu miteeko ena, buli musserikale gumu? Lwaki tebayuuza kkanzu Ye? Lwaki Katonda yaganya olugero luno okuwandiikibwa nga tebinnabaawo?

Okuva lwe kiri nti Yesu ye Kabaka wa Bayudaaya, engoye za

Yesu ziyimirirawo ku lwe ggwanga lya Yisirayiri oba Abayudaaya. Abaserikale Abaruumi bwe baali bagabanya engoye mu miteeko ena, engoye zino zayonooneka mu nkula yaazo. Kino kitegeeza nti Yisirayiri ng'eggwanga lijja kw'onoonebwa. Era kiraga nti erinnya Yisirayiri lirisigala ng'emiteeko egy'engoye bwe gyasigala.

Kasita era, ebigambo eby'awandiikibwa ku ngoye Ze, by'alanga nti Abayudaaya bajja kusasaanira mu njuuyi zonna ng'eggwanga lyabwe lyonooneddwa. Ebyafaayo bya Yisiraeri bikakasa nti obunabbi buno bwatuukirira.

Mu myaka 40 Yesu ng'amaze okufa ku musalaba, Omusirikale ali ku ddala lya genero nga muluumi Tito yazikiriza Yerusalemi. Yeekaalu ya Katonda yonna yagwerawo ddala obutasigaza wadde ejjinja waggulu. Olw'okuba eggwanga lya Yisiraeyiri lyali terikyaliwo, Abayudaya basasaanira buli wamu, nga bayigganyizibwa n'okuttibwa. Eyo ye nsonga lwaki Abayudaaya bazze babeera mumawanga ag'enjawulo okwetoloola ensi yonna n'okutuusa olw'aleero.

Mataayo 27:23 walaga ekifaananyi ekibi ennyo, Pirato bwe yagamba ekibiina ky'abantu abaali b'onoonese nti Yesu teyalina musango, naye ne baleekanira waggulu nnyo nti Yesu akomererwe. Piraato yalaba tasobole n'akatono, kwe ku kwata amazzi n'anaaba engalo okulaga nti ye yali tavunaanyizibwa ku kufa kwa Yesu ataalina musango, ng'agamba nti, *"Nze siriiko kabi olw'omusaayi gw'omuntu omutuukirivu, musango gwammwe"* (27:24), Abantu bonna n'ebaddamu nti *"Omusaayi gwe gubeere ku ffe, ne ku baana baffe"* (27:25).

Ekintu ekitayinza kw'erabirwa mu byafaayo bya ba Isiraerayiri kwe kuba nti Abayudaaya bangi n'ebazukulu baabwe bayiwa omusaayi, nga kiringa nti okutuukiriza ekyo kye basaba Pontoyasi Piraato. Mu myaka ana nga Yesu amaze okufa, Abayudaaya nga akakadde kamu mu emitwalo kumi basaanjagibwa.

Ate era, n'emu ssematalo ow'okubiri, eggye lya Bugirimaani ery'abanaazi batta abayudaaya abakunukiriza mu bukadde mukaaga. Akatambi akayitibwa mu lungereza "The Schindler's List" kalaga enfa embi abayudaaya gye baafamu nga tebasolonzeemu oba basajja oba bakyala, abakadde n'abato, batirimbulwa nga tebambadde wadde olugoye.

N'omuzigu akkirizibwa okwambala ku ngoye ezitukula ng'atanattibwa, naye Abayudaaya bayambulwa ne battibwa bukunya.

Abayudaaya tebakkiririza mu Yesu Omulokozi era ne bamwambula yenna. Ne bamukomerera. Nga bwe baalekaana nti, "Omusaayi gwe gube kuffe ne ku baana baffe," ennaku ey'ekitalo yajja ku Bayisiraeri okumala ebyasa.

Ekkanzu Etaatungibwa wabula enduke obulusi yonna

Yokaana 19:23 wanyonyola ku kkanzu ya Yesu: *"Ekkanzu ye teyatungibwa, yalukibwa bulukibwa yonna okuva waggulu okutuuka wansi."* Wano, "obutatungibwa" mu lunyiriri luno kitegeeza nti ekkanzu teyatungibwa nga bwolaba bwe bagattagatta obutundutundu obw'olugoye. nga balutunga, Abantu abasinga tebafaayo kumanya ngoye zaabwe baazitunga batya oba engoye zaabwe nduke okuva waggulu okukka wansi, oba okuva wansi okudda waggulu, Olwo lwaki Baibuli ennyonnyola ku kkanzu ya Yesu mu bujjuvu?

Baibuli etugamba nti jjajja w'abantu bonna ye Adamu, Jjajja w'okukkiriza ye Ibulayimu, nti era Jjajja wa Isiraeri ye Yakobo. Katonda atuyigiriza nti kitaawe wa Isiraeri si ye Ibulayimu naye ye Yakobo kubanga ebika bya Isrearayiri ekkumi nebibiri by'ava mu baana ekkumi n'ababiri aba Yakobo. Omutandisi w'eggwanga lya Yisiraeri ye Yakobo wadde nga Jjajja w'okukkiriza ye Ibulayimu.

Katonda era y'awa Yakobo omukisa mu Olubereberye 35:10-11:

"Katonda n'amugamba nti Erinnya lyo Yakobo: erinnya lyo tokyayitibwa nate Yakobo, naye Isiraeri lye linaabanga erinnya lyo, n'amutuuma erinnya Isiraeri. Katonda n'amugamba nti" Nze Katonda w'ebintu byonna: "Oyale weeyongerenga; eggwanga n'ekibiina eky'amawanga biriva mu ggwe, ne bakabaka baliva mu ntumbwe zo."

Okusinziira ku Kgambo kya Katonda eky'ogerwako mu nyiriri ezo, abaana ba Yakobo ekkumi n'ababiri be bakola enkizi ya Israeri era Isaraeri lyali eggwanga ery'eggase okutuusa lwe lya yawulwamu mu biro ebya Kabaka Lekobowamu mu Isareri ey'omumambuka ne ate Yuda mu ma Serengeta.

Oluvanyuma, Israeri ey'omu mambuka yetabikamu

bannamawanga naye Yuda n'esigala nga teri musaayi mutabule. Enaku zino abantu b'ekitundu kya Yuda be bayitibwa abayudaaya. Ensonga lwaki ekkanzu ya Yesu teyatungibwa butungibwa naye yalukibwa okuva waggulu okutuuka wansi yonna, kitegeeza nti eggwanga lya Isiraeri lyakuma obumu bwalyo n'embala yaalyo ng'abava mu Yakobo n'okutuuka olw'aleero.

Okukuba akalulu ku kkanzu ya Yesu awatali kugiyuuzaamu

Wano, ekkanzu kabonero akalaga omutima gwa bantu. Okuva Yesu lwali Kabaka wa Isiraeri, ekkanzu Ye etegeeza omutima gw'abayudaaya.

Abaisiraeili, ng'abantu ba Katonda abalonde okuyita mu Ibrayimu jajja w'okukkiriza, basinzizza Katonda omu yekka Omutuufu, okusinga ebirala byonna. Ensonga nti tebaayuza mu kkanzu kiraga nti omwoyo gw'abayudaaya abisiraeli abasinza Katonda gukumiddwa wamu nga teguyuziddwayuziddwa wadde ng'eggwanga oba gavumenti ya Isaraeli Yatagulwanga ebiseera ebimu.

Era Baibuli yalagula nti bannamawanga tebaliyinza kuzikiriza mwoyo gwa Isiraeri ogw'agundiira munda mu mitima gyaabwe. Kwe kugamba, emitima gyabwe eri Katonda tegiyugayuugangako, Wadde eggwanga lya Isiraeli lyazikirizibwa bannamawanga, olw'okuba balina omutima ogwo ogutakyukakyuka, Katonda Yalonda Abaisiraeri ng'abantu Be era abakozesa okuteekawo obwakabaka Bwe n'obutukiriivu.

N'olw'aleero, Abisiraeri bagezaako okugondera amateeka n'omutima ogutakyuka. Kino kiri bwe kityo kubanga b'ava mu Yakobo nga naye yennyini yalina omutima ogutakyukakyuka. Abaisraeri beewunyisa ensi yonna bwe baafuna obw'etwaze mu mwezi gw'okutaano ng'enaku z'omwezi 14 omwaka gwa1948, kino kyali ekiseera kiwanvu nnyo okuva ensi yaabwe bwe yali yatwalibwa. Okuva olwo, bazze bakulakulana ku misinde mingi ng'emu ku nsi ezikulaakulanye era ez'omugundu, era bazzeemu okulaga omw'oyo gwabwe ogw'obwaseruganda era ogw'obuwanguzi.

Ng'abaserikale abaruumi bwe batasobola kuyuza kkanzu ya Yesu, etaatungibwa wabula okulukibwa okuva wagulu okutuuka wansi, abantu abamawanga amalala tebasobola kuzikkiriza mwoyo gwa Isiraeri ogusinza Katonda. Kasita, Abaisiraeri ng'abava mu Yakobo bateekawo ensi ey'etwaala era ne batuukiriza okwagala kwa Katonda ng'abantu Be abalonde.

Isiraeli mu biseera eby'enkomerero y'ayogerwako mu Baibuli

Nga Katonda bwe Yayogera ku byafaayo bya Isiraeri okuyita mu ngoye n'ekkanzu ya Yesu, era Yatusunirako ku nnaku z'ensi ez'oluvanyuma.

Ezekyeri 38:8-9 wasoma nti:

Ennaku nnyingi nga ziyiseewo oljjirwa, mu myaka egy'enkomerero olireetebwa mu nsi ekomezebwawo okugiggya mu kitala, ekkunganyizibwa okuva mu mawanga amangi, ku nsozi za Isiraeri ezaabanga ensiko etevaawo: "Naye eggibwa mu mawanga .era balituula nga tebaliiko kyebatya bonna. Kale olyambuka olijja nga kibuyaga, oliba ng'ekire okubika ku nsi, gwe n'eggye lyo lyonna n'amawanga mangi nga gali naawe."

"Ennaku nyingi nga giyiseewo" mu nyiriri ezo kye kiseera okuva ku kuzaalibwa kwa Yesu okutuuka ku kujja kwe okw'okubiri era "mu myaka egy'enkomerero" wategeeza emyaka eginasembayo ng'okujja kwa Yesu okw'omulundi ogw'okubiri kusembera. "Ensozi za Isiraeri" walaga Yerusaleemi, eri ku nsozi obuwanvu bwa mita 790 okuva wansi. N'olwekyo, ekigambo nti mu myaka egy'enkomerero abantu bangi balikung'ana okuva mu mawanga mangi walagula nti Abaisiraeri balikomawo munsi yaabwe okuva munsi yonna Yesu bwaliba anaatera okudda.

Okulagula kuno kwatuukirira Isiraeri bwe yazikirizibwa obwakabaka bwa Rooma mu kyasa kye 70 nga Yesu amaze okufa, era ne bafuna obwetwaaze mu 1948. Isairaeri yali nsiko okutuusa lwe yafuna obwetwaaze. Naye yakula n'efuuka emu ku mawanga ag'asinze okukulakulana mu nsi yonna

Ne ndagaano empya eragula ku bwetwaaze bwa Isiraeri. Yesu mu Matayo 24:32-34 atugamba bino:

Era muyigire ku mutiini, olugero lwagwo: ettabi lyagwo bwe ligejja amalagala ne gatojjera, mutegeera ng'omwaka guli kumpi bwe mutyo nammwe bwe mulaba

ebigambo ebyo byonna mutegeere nti ali kumpi, ku luggi. Mazima mbagamba nti Emirembe gino tegiriggwaawo okutuusa ebyo byonna lwe birikolebwa.

Kuno kwe kwali okuddamu kwa Yesu eri abayigirizwa Be abaali bamubuuzizza akabonero ak'okudda Kwe okw'omulundi ogw'okubiri, n'enkomerero. Omuti omutiini mu nyiriri zino ye Isiraeri. Ebikoola by'omuti bwe bigwa, n'empewo enyogoga n'etandika okukunta, omanya nti obudde obw'obutiti busemberedde. Mu ngeri y'emu, amatabi g'omutiini bwe gagejja, n'ebikoola nga bitojjera, omanya ng'obudde bw'ebuggumu bunaatera. Mu lugero luno, Yesu anyonnyola nti Isiraeri bw'eriddawo oluvanyuma lw'ebbanga eddene ng'ezikiriziddwa, kwe kugamba nti Isaraeri bwe lifuna obwetwaaze okudda kwa Yesu kuliba kunaatera.

Tomanyi buwanvu ki "obw'omulembe guno" Yesu gwayogerako mu lunyiriri bwe bw'enkana, naye okimanyi nti Bye yayogera bijja kutuukirizibwa. Mwalaba dda obwetwaaze bwa Isiraeri, N'olwekyo kyangu nnyo okukimanya nti okudda kwa Yesu kuli kumpi nnyo.

Obubonero obw'enkomerero

Mu Matayo 24, abayigirizwa Be bwe baabuuza ku bubonero obw'enkomerero, Yesu n'abanyonyola byonna mu bujjuvu. Naye, Teyayogera ssaawa yennyini na lunaku ng'agamba, *"Naye eby'olunaku luli n'ekiseera tewali abimanyi newankubadde bamalayika ab'omu ggulu, newankubadde Omwana, wabula*

Kitange yekka" (24:36). Kino kitegeeza nti Ye ng'omwana w'omuntu eyajja mu mubiri ku nsi eno yali tamanyi ssaawa na lunaku. wabula tekitegeeza nti Yesu ng'omu ku busatu bw'akatonda yali tamanyi ng'amaze okukomererwa, okuzuukira era ng'amaze n'okulinya mu ggulu.

Ng'ayogedde ku bintu bingi ku bubonero bw'enkomerero, Yesu yakulabula, *"Era kubanga obujeemu buli yinga obungi, okwagala kw'abasinga obungi kuliwola. Naye agumiinkiriza okutuuka ku nkomerero, ye alirokolebwa"* (Matayo 24:12-13).

Enaku zino, osobola okukitegeera nti obujeemu bweyongedde era okwagala kw'abasinga kugenda kuwola. Kizibu kati okusanga omuntu alina okwagala. Yesu yagamba mu lunyiriri 14, *"Nenjiri eno ey'obwakabaka eribuulirwa mu nsi zonna, okuba omujulirwa mu mawanga gonna, awo enkomerero n'eryoka ejja."* Enjiri yamala dda okubuulirwa mu mawanga gonna ag'omunsi.

Okwongera kw'ebyo, tuli "Mukyalo kimu" kubanga buli kanyomero k'ensi k'asobola okutuukibwako okuyita mu ntambula oba mu mpuliziganya. Era kino n'akyo ky'ogerwako mu Danyeri 12:4 *"Naye gwe Danyeri .bikka ku kigambo, osse akabonero ku kitabo okutuusa ekiseera eky'enkomerero: bangi abalidding'ana embiro n'okumanya kuly'eyongera."* Enjiri ebunyiziddwa ku mbiro mu nsi yonna mu mbeera eno.

Ky'amazima nti newankubadde ng'enjiri ebuuliddwa mu nsi yonna, wayinza okubaawo abantu abatakkiriza Yesu kubanga tebaggulawo mitima gyaabwe. Oba, wayinza okubaawo ebifo ebikyali mu bunyomero nga ensigo ey'enjiri tennatuukayo.

Obunabbi mu ndagaano enkadde bwonna butuukiriziddwa

n'obunabbi obusinga mu ndagaano empya n'abwo obusinga kumpi butuukiriziddwa. Eby'awandiikibwa byonna byalung'amiizibwa Omwoyo Omutukuvu. N'olwekyo ekigambo kya Katonda kituufu era temuli bukyaamu. Ennukuta esingayo obutono oba akatonyeze tebirikyusibwa mu kigambo. Katonda abadde atuukiriza ekigambo Kye n'ebisuubizo Bye era bitono nnyo ebitannaba kutuukirizibwa, nga mwe muli n'okujja kwa Mukama waffe Yesu Kristo okw'omulundi ogw'okubiri. Emyaka musanvu egy'okubonabona okunene, eky'asa ekippya, n'okusala omusango ku namulondo enjeru.

Yakomererwa mu ngalo n'ebigere

Okukomererwa y'emu ku ngeri eyali ey'obukambwe gya battangamu abatemu oba abalya mu banaabwe olukwe. Emikono gy'omuntu gya baambibwanga ku musalaba. Omuntu n'akomererwa mu bibatu byombi n'ebigere. Yawanikibwanga ku musalaba ekiseera kiwanvu okutuusa lwe yafanga. Nga kitegeezanga y'abanga mu bulumi okutuusa lwe yassanga omukka ogusembayo.

Yesu omwana wa Katonda yakolanga birungi byokka era teyalina bbala lyonna wadde olufunyiro mu nsi eno. Olwo, lwaki Yesu yakomererwa mu bibatu Bye byombi n'ebigere ng'eno bw'ayiwa omusaayi Gwe ku musalaba?

Obulumi bw'okukomererwa mu bibatu n'ebigere

Yesu yaweebwa ekibonerezo ky'okuttibwa ku musalaba era n'atuuka mu kifo webanaamukomerera e Gologoosa. Omuserikale omu omuruumi eyali akute omusumaali omunene ng'omulala eyali akute ennyondo n'atandiika okukomerera mu bibatu Bye n'ebigere ku biragiro by'omukulu waabwe Centurion. Olwamala ne bayimiriza omusalaba, kubisaamu obulumi bwali bwenkana wa!

Yesu ataalina musango Yalina okuyita mu bulumi emisumaali eminene bwe gyakoonebwa mu mubiri Gwe n'engeri obuzito bw'omubiri Gwe bwe bwayuzanga ennyama eyali ku bitundu ebyali bikomeredda

Omuntu bwe yatemwangako omutwe obulumi bwagwangawo mangu. Naye okufiira ku musalaba kwalingamu obulumi bungi kubanga omuntu yawanikibwanga, n'ayiwa omusaayi, n'agwamu amazzi saako okufuyiirirwa ebitundu ebiwanikiddwa n'obukoowu okutuusa lwe y'afanga.

Ekirala ku lunaku omusana lwe gwaase obulungi okwekyeeya mu ddungu, ebiwuka ebya buli ngeri n'ebinyonyi ebinywa omusaayi, bya buukiranga ku mubiri Gwe ogwali gujjudde ebiwundu okunuuna ku musaayi ogwali gukulukuta okuva mu bibatu n'ebigere bye. Ate okwo kwossa n'abantu ab'onoonyi okumusongamu ennwe, okumuwandulira amalusu, okumudduulira okumwekokkola, n'okumuvuma agavumo ag'abuli kika. Abantu abamu baamuvumanga nti "weerokole! Vva ku musalaba okke, bwoba nga oli mwana wa Katonda!" (Matayo 27:39-43).

Bwali bulumi obutagambika Yesu bwe Yayitamu mu kumukomerera ku musalaba. Naye Yesu yali akimanyi bulungi nti Ye okwettika ebibi n'ebikolimo byaffe ng'akomererwa ku musalaba kwali kwa kuggulawo ekkubo ery'okununula abantu mu bibi byabwe era n'okubafuula abaana ba Katonda. Obulumi bwenyini ate bwava walala, nti era waali wakyaliwo abantu abatamanyi kwagala kuno okwa Katonda oba abaali batalokoleddwa mu bibi byabwe kino kyamuleetera okulumwa kungi.

Ebibi Ebikoleddwa Engalo n'ebigere.

Ekirowoozo ekibi bwe kijja mu mutima. Omutima guwaliriza emikono n'ebigere okukola ekibi ekyo. Naye olw'okuba waliwo etteeka ery'omwoyo nti empeera y'ekibi kwe kufa, bwokola ebibi, olina okusuulibwa mu geyeena n'obonabonera eyo emirembe gyonna.

Yensonga lwaki Yesu agamba, *"N'okugulu kwo bwe kukwesittazanga. Okutemangako, wakiri ggwe okuyingira mu bulamu ng'obuliddwako okugulu, okusinga okusuulibwa mu ggeyeena ng'olina amagulu gombi. Envunyu yaabwe gye tefiira so n'omuliro teguzikira. N'eriisolyo bwe likwesittazanga oliggyangamu waakiri ggwe okuyingira mu bwakabaka bwa Katonda ng'oli wa ttulu, okusinga okusuulibwa mu ggeyeena ng'olina amaaso gombi"* (Makko 9:45- 47).

W'akonoona emirundi emekka n'engalo zo wamu n'ebigere byo okuva lwe wazaalibwa? Abamu bakuba banaabwe mu busungu. Abalala n'ebabba ate abandi n'ebafiirwa eby'obusiika bwabwe nga babizanyeemu zzaala. Abantu bafuuka ab'omutawaana n'ebigere byabwe n'ebagenda n'egyebatalina kugenda. N'olwekyo ebigere byo bwe biba bikwonoonesa, wakiri bitemeko oyingire eggulu okusinga ggwe okusuulibwa mu ggeyeena n'ebigere byo byombi.

Era ebibi byenkana wa byokoze n'amaaso go? Omulugube, n'obwenzi bikumalamu ate bwolaba byotalina kulaba n'amaaso go. Ye nsonga lwaki Yesu yagamba nti amaaso go bwe ga kwesittaza kisingako ggwe okugasokoolamu osobole okuyingira mu ggulu okusinga okusuulibwa mu muliro nga gamaze okukwonoonesa.

Mu biseera bye ndagaano enkadde omuntu bwe yakolanga ebibi n'eriiso lye, baligyangamu, bwe yayonoonanga n'emikono oba ekigere, omukono oba ekigere bakisalangako, omuntu bwe yatemulanga oba bwe yayendanga, yalinanga okukubibwa amayinja okutuusa okufa (Eky'amateeka olwokubiri 19:19-21).

Awatali kubonabona kwa Kristo Yesu Kristo ku musalaba, n'olw'aleero abaana ba Katonda balina okusala emikono oba ebigere bwe b'onoona n'emikono oba ebigere byabwe. Naye, Yesu y'ettika omusalaba n'akomererwa mu bibatu Bye era n'ebigere era n'ayiwa omusaayi Gwe. Mu kukola kino yanaazaawo ebibi ebikolebwa engalo zo wamu n'ebigere era tokyetaaga kubonabona nate oba okusasulira ebibi byo.

Olina okukimanya nti akulongoosa mu bibi byo byonna bwotambulira mu kitangaala nga Ye bwali mu kitangaala era bweweneenya ebibi byo n'odda Gyali (1 Yokaana 1:7).

N'olwekyo kikulu nnyo gwe okujjuza omutima gwo

n'amazima okusobola okutambulira mu bulamu obwo buwanguzi wamu n'omutima ogw'ebaza era ogw'ekisa nga bulijjo essira gulittadde ku Katonda.

Amagulu ga Yesu Tegaamenyebwa naye Embirizi Ze zaafumitibwa

Olunaku Yesu lwe yaffa lwali lwa kutaano, olunaku oludirira Ssabbiiti. Mu nnaku ezo Olw'omukaaga lwe lwatwalibwanga nga Ssabbiiti era Abayudaaya tebayagalanga kuleka mirambo ku misalaba ku Ssabbiiti.

Era nga bw'osoma mu Yokaana 19:31 Abayudaaya basaba Pontiyasi Piraato bamenye amagulu n'emirambo okugigyayo. Nga bakozesa olukusa olw'abaweebwa Pontiyasi Piraato, abaserikale baamenya amagulu g'ababbi abaali bakomereddwa eruddda n'erudda wa Yesu naye amagulu ga Yesu tebagamenya kubanga Yali Yafuudde dda. Mu biro ebyo, abaakomererwanga baakolimirwanga era yensonga lwaki abaserikale baamenyanga amagulu gaabwe. N'olwekyo waliwo ensonga ey'obwakatonda lwaki amagulu ga Yesu tegamenyebwa.

Lwaki Amagulu ga Yesu Tegamenyebwa?

Yesu, ataalina kibi, yakolimirwa era n'awanikibwa ku musalaba okununula abantu okuva mu kikolimo ky'amateeka. Omulabe Setaani yali tasobola kumenya magulu Ge si lwakuba nti Yesu yafa olw'ebibi Bye naye olw'ekigendererwa kya Katonda.

Ekirala, Katonda yakuuma Yesu obutamenyebwa magulu okutuukiriza ebigambo ebiri mu Zabuuli 34:20 ebisoma nti, "Akuuma amagumba ge gonna, linnaago erimu terimenyeka." Mu Okubala 9:12, Katonda agamba Abayisiraeri obutamenya magumba ga mwana gwandiga bwe bagulya. Era agamba n'emu Okuva 12:46 nti Abayisiraeri ba ddembe okulya ennyama y'omwana gwe ndiga naye tebalina kumenya ggumba ly'ayo n'erimu. "Omwana gw'endiga" "kitegeeza Yesu ataalina bbala wadde olufunyiro, kyokka n'eyewaayo ng'omutango ogw'okununula abantu bonna okuva mu bibi byabwe olw'okwagala Kwe gye tuli. Nga bwe kyawandiikibwa nti *"Temumenyanga n'erimu ku magumba g'omwana gw'endiga,"* tewali ggumba lya Yesu lyonna lyamenyebwa.

Olubirizi lwe lufumitibwa effumu

Yokaana 19:33-34 watukubira akafaananyi akalala ak'enyamiza:

Naye bwe bajja eri Yesu ne balaba ng'amaze okufa, n'ebatamumenya magulu, naye sserikale omu n'amufumita mu mbiriizi zen'effumu amangu ago n'emuvaamu omusaayi n'amazzi.

Wadde sserukale yali alabye nti Yesu yamaze dda okufa, Lwaki yagenda mu maaso n'okumufumita effumu mu lubirizi lwa Yesu, ekyaleeta okuvaamu omusaayi n'amazzi amangu ago? Kino kiraga obubi b'womuntu.

Wadde yali Katonda, Yesu teyasaba wadde okugaanira ku buyinza Bwe nga Katonda. Naye Yeefuula atalina kyali, neyeetwalira mu ttuluba ery'omunta atalina kalina ng'omuddu, era n'ajja mu kikula ky'omuntu. Mubuwombeefu Yeetowaza okutuuka okufa ng'omwonoonyi ku musalaba. Mu ngeri eno, Yesu yaggulawo oluggi olw'obulokozi gy'oli (Abafiripi 2:6-8).

Mu Bulamu Bwe ku nsi, Yesu y'awa abasibe eddembe, y'aggaggawaza abaavu era n'awoonya n'abalwadde saako abanafu. Teyalina nga budde bulya oba okw'ebaka kubanga Yabeeranga mu kubuulira kigambo kya Katonda okusobola okulokola abantu bangi nga bwe kisoboka. Yalinnyanga ku lusozi n'asaba wadde nga bbo abayigirizwa Be baabanga bawumuddemu.

Abayudaaya bangi bamuyiganyaanga olw'efuttwa, wadde nga Yakolanga birungi byokka. Era oluvanyuma baamukomerera ku musalaba olw'obubi bwabwe. Kyokka era mu kifo ky'okumuleka nti Yali afudde, Sserikale Omuruumi Yamufumita n'effumu. Kino kitulaga nti abantu baali b'ongera bubi ku bubi.

Katonda yakulaga okwagala Kwe okutayogerekeka ng'atuma Omwana We Omu Yesu Kristo n'amuleka n'ebamukomerera ku musalaba okusobola okukununula mu bibi, nga tafuddeyo ku bibi by'abantu.

Okuvaamu omusaayi n'amazzi mu lubiriizi Lwe.

Nga bwe ky'ayogeddwako edda, omuserikale Omuruumi y'afumita olubiriizi lwa Yesu n'effumu olw'obubi bwe, wadde nga yali akimanyi nti Yesu amaze okufa. Omuserikale bwe yafumita olubiriizi lwe omusaayi n'amazzi by'ava mu mubiri gwa Yesu. Waliwo amakulu ga mirundi esatu mu kino. Agasooka, kikulaga nti Yesu yajja mu nsi mu mubiri ng'omwana w'omuntu. Yokaana 1:14 w'agamba, *"kigambo n'afuuka omubiri n'abeerako gye tuli."* Katonda yajja mu nsi eno mu mubiri era Ye yali Yesu.

Ab'onoonyi tebasobola kulaba Katonda kubanga bazikirira nga bamulabye. N'olwekyo Katonda tasobola kubeeraga butereevu, era y'ensonga lwaki Yesu yajja mu nsi eno mu mubiri n'alaga ebikakasa bingi okusobola okutukirizisa mu Katonda.

Baibuli ekugamba nti Yesu yali muntu nga ggwe Makko 3:20 wasoma, *"Yesu najja mu nyumba ekibiina ne kikungana nate, nga tebakyayinza newankubadde okulya ku mmere."* Matayo 8:24 watugamba, *"omuyaga omungi ne gujja mu Nyanja, amayengo n'egayiika mu lyato naye yali yeebase."*

Abantu abamu bayinza okw'ewuunya engeri Yesu omwana wa Katonda gyayinza okulumwa enjala oba obulumi. Naye, olw'okuba Yesu yali mu mubiri ogulina amagumba n'ennyama yalina okulya n'okwebaka. Era naye yawuliranga obulumi nga ffe bwe tubuwulira.

Eky'okuba nti omusaayi n'amazzi by'afubutuka mu mubiri Gwe bwe yafumitibwa effumu, kikuwa obukakafu obw'enkukunala nti Yesu yali mu nsi eno mu mubiri, Wadde Ye mwana wa Katonda.

Eky'okubiri bwe bukakafu obulala obuliwo nti naawe oyinza okw'enyigira mu bwa Katonda ng'olina omubiri. Katonda ayagala abaana Be okuba abatukuvu era abatuukkiridde nga Ye. Kyava agamba, *"mube batukuvu kubanga nze ndi mutukuvu"*

(1 Peetero 1:16) ne *"Kale mwe mubeerenga abatuukirivu, nga Kitammwe ali mu ggulu bw'ali omutuukirivu"* (Matayo 5:48). Era akuzaamu amanyi nga akugamba, *"eby'atuweesa ebisuubizibwa eby'omuwendo omungi ebinene ennyo olw'ebyo mulyoke mugabanire awamu obuzaaliranwa bwa Katonda bwe mwawona okuva mu kukkiriza okuli mu nsi olw'okwegomba"* (2 Peetero 1:4) ne *"mmwe mubeerengamu okulowooza kuli era okwali mu Kristo Yesu"* (Abafiripi 2:5).

Yesu yajja mu nsi eno mu mubiri era n'afuuka omuddu olw'okwagala kwa Katonda era n'atuukiriza obuvunaanyizibwa Bwe bwonna. Era yatuukiriza n'etteeka mu kwagala ng'awangula ebikemo, n'ebizibu byonna, era n'atambula mu kigambo kya Katonda.

Wadde Yali muntu nga gwe, yakkiriza n'omutima gumu obulumi bwonna, N'agoberera ebyo Katonda by'ayagala mu bugubi n'okwefuga, era ne Yeewaayo n'okwagala okw'okufa ku musalaba nga tawalidde wadde okw'emulugunya

Olwo, tusobola tutya okwenyigira mu kikula eky'obwakatonda n'omutima gwa Yesu Kristo?

Olina okukomerera ekikula kyo eky'obwonoonyi, ekirimu okwegomba, obeere n'okwagala okw'Omwoyo era osabe n'omutima gwo gwonna, olwo osobole okw'enyigira mu kikula ky'obwakatonda ng'olina embeera z'ezimu n'eza Yesu.

Ekiralala ky'olina okumanya, okwagala okw'omubiri kunoonya by'akwo era okwagala kuno kugenda kuwola ekiseera bwe kiyitawo. Abantu abalina okwagala kuno balyang'anamu enkwe olwo n'ebabonabona n'obulumi bw'okuba nga tebali bumu. Era ekirala, Katonda ayagala obeere n'okwagala okuguminkiriza, okw'ekisa era okuteeyagaliza buli kimu. Okwagala okw'Omwoyo kwe kutakyuukakyuka, era nga kweyongera buli lunaku. Osobola okuba n'embeera za Yesu, singa onobeera n'okwagala okw'Omwoyo era n'osuula eri n'abuli kika kya kibi ng'oyita mu kusaba okuva ku ntobo y'omutima gwo.

Mu ngeri y'emu, buli muntu asobola okufuna ekisa kya Katonda n'amaanyi, bw'anoonya obuyambi Bwe mu kusiiba n'okusaba okw'amaanyi. Katonda era amuyambako okwegyako buli kibi kyonna. Ojja kwaka ng'omusana mu bwakabaka obw'omuggulu bw'oba n'okwagala okw'Omyoyo, n'obala n'ebibala omwenda eby'Omwoyo Omutukuvu (Abaggalatiya 5) era n'ofuna n'omukisa (Matayo 5).

Eky'okusatu Yesu y'ayiwa omusaayi n'amazzi by'amaanyi agamala okukutwala eri obulamu obutuufu era obutaggwaawo.

Omusaayi n'amazzi ga Yesu tebyalina bbala wadde ekibi kyonna, engeri gy'ataalina kibi kisikirie, ate naye n'atakola kibi kyonna. Mu by'Omwoyo, Omusaayi guno n'amazzi bye byasobola okuzuukizibwa. Olw'okuba Y'ayiwa omusaayi Gwe omutukuvu, ebibi byo birongoseddwa era osobola okufuna obulamu obw'addala obukutwala eri obulokozi, okuzuukira n'obulamu obutaggwawo.

Amazzi ag'afubutuka mu mubiri gwa Yesu, kabonero ka mazzi ag'atagwaawo Ekigambo kya Katonda. Osobola okujjuzibwa amazima era n'obeera omwana wa Katonda ow'addala okutuuka ku ssa ly'okutegeera Ekigambo Kye n'okusuula eri ebibi byo olw'okugoberera ekigambo Kye.

Yesu ataalina musango gwonna wadde ekibi, yeerekereza ebintu byonna, okusobola okukuwa obulamu obw'addala, okutuuka n'okuyiwa omusaayi n'amazzi. Wadde wali tolina njawulo na nsolo.

Kansuubire nti otegeere nti walokolebwa awatali gwe kusasula muwendo gwonna era osuule eri ebibi byonna ng'osaba n'omutima gumu mu kukkiriza osobole okubeera mu bulamu obubalira mu Yesu Kristo.

Essuula 7

Ebigambo bya Yesu omusanvu eby'asembayo ku musalaba

- Kitange, Basonyiwe
- Leero onooba nange mu lusuku lwa Katonda
- Omukyala laba omwana wo; Laba nnyoko
- *Eroi, Eroi, Lama Sabakusaani?*
- Nnina ennyonta
- Kiwedde
- Kitange nteeka Omwoyo gwange Mu Mikono Gyo

OBUBAKA BW'OMUSALABA

Awo Yesu n'agamba, "kitange basonyiwe, kubanga tebamanyi kye bakola"....

.....Yesu n'amugamba nti, "mazima nkugamba nti Leero onooba nange mu lusuku lwa Katonda." Awo obudde bwali butuuse essaawa nga mukaaga, n'ewaba ekizikiza ku nsi yonna, okutuusa essawa mwenda. Enjuba obutayaka n'eggigi ery'omu yeekaalu ne liyulikamu wakati. Awo Yesu n'ayogera n'eddoboozi eddene, n'agamba nti "Kitange nteeka Omwoyo gwange mu mikono gyo, bwe yamala okwogera ekyo n'awaayo obulamu."

Lukka 23:34, 40-46

Abantu abasinga bajjukira eyo gye bayise mu bulamu bwe baba banaatera okufa, era balekera ab'eng'anda zaabwe n'emikwano ebigambo ebisembayo.

Mu ngeri y'emu, Yesu y'afuuka omuntu, najja mu nsi eno ng'enteekateeka ya Katonda bwe yali, era n'ayogera ebigambo omusanvu eby'asembayo ku musalaba ng'atannaba kufa. Bino biyitibwa "ebigambo bya Yesu omusanvu eby'asembayo ku musalaaba."

Ka twekenneenye amakulu ag'omwoyo agali mu bigambo bya Yesu eby'asembayo ku musalaba.

Kitange, Basonyiwe

Omuwandiisi w'ekitabo ky'Abafiripi annyonnyola Yesu mu ngeri eno. Yesu:

Oyo bwe yasooka okubeera mu kifaananyi kya Katonda, teyalowooza kintu ekyegombebwa okwenkanankana ne Katonda naye yeggyakoekitiibwa bwe yatwala engeri y'obuddu, n'abeera mu kifaananyi ky'abantu era yalabika mu mutindo ogw'obuntu, ne yeetoowaza nga muwulize kutuusa okufa, era okufa okw'oku musalaaba! (Abafiripi 2:6-8)

Yesu y'akomererwa ku musalaba okulaga okwagala Kwe n'obugonvu Bwe eri Katonda Asobola okuggula ekkubo ery'obulokozi eri ab'onoonyi. Abantu abali bayimiridde okumpi n'omusalaba baakuddaalira Yesu n'abakulembeze, "Yalokola abalala; naye yeelokole oba nga ddala Ye Kristo owa Katonda, era omulonde!"

N'abaserikale n'abo n'ebamuduulira, nga bwe bamuwa omwenge omukatuufu nga bagamba, "oba nga gwe Kabaka wa bayudaaya, weelokole!" Omu ku bazzi b'emisango abakomererwa wamu ne Yesu, naye n'amuvuma ng'agamba, "Si gwe Kristo, weerokole wekka, nafffe!"

Awo bwe baatuuka mu kifo ekiyitibwa kiwanga, n'ebamukomerera awo, na bali abaakolaobubi omu ku mukono ogwa ddyo, n'omulala ku kkono, Awo Yesu n'agamba nti "Kitange, basonyiwe kubanga tebamanyi kye bakola." (Lukka 23:33-34)

Yesu y'asaba Katonda ng'ayagala basonyiyibwe, "Kitange basonyiwe, kubanga tebamanyi kye bakola," bwe yali ng'anaatera okufa. Yesu yeegayirira Kitaawe okusasira n'okusonyiwa abantu abaali batamanyi nti Yesu omwana wa Katonda yali akomererwa basonyiyibwe ebibi byabwe. Bayinza n'okuba baali tebamanyi nti kye baali bakola kyali kibi. Kino kye kigambo Kye eky'asooka ku musalaba.

Yesu y'asabira mu kwagala abo abaali b'amukomerera.

Yesu, Omwana wa Katonda, yasabira abo abaali bamukomerera wadde teyalina kibi kye baali bamulanga, Okwagala kwa Yesu nga kuteekwa okuba nga kungi! Yesu yandisobodde okugaana okukomererwa kubanga bali kimu ne Katonda. Omuyinza wa byonna, era ng'amaanyi Ge gava eri Katonda Kitaffe. Naye yakkiriza N'akomererwa okutuukiriza entegeka ey'obulokozi okusinziira ku kwagala kwa Katonda. Nolwekyo, Yalina okugumira okubonabona n'okuswazibwa, Kyokka n'abasabira mu kwagala okw'amaanyi era N'asaba basonyiyibwe.

Yesu yasaba n'omutima gwe gwonna nti, "Kitange basonyiwe kubanga Tebamanyi kye bakola." Wano "Te" tekitegeeza abo bokka abaamukomerera n'okumukuddaalira, naye n'abantu bonna abo abatakkiriza Yesu Kristo n'ebeeyongera okubeera mu kizikiza. Ng'abantu abaakomerera Yesu, Omwana wa Katonda, abantu bangi baali mu kwonoona kubanga tebamanyi Yesu Kristo n'ekituufu.

Omulabe wo setaani w'amu kizikiza era akyawa ekitangaala y'ensonga lwaki yakomerera Yesu ekitangaala ekituufu. Enaku zino, omulabe afuga abantu ab'omu kizikiza era n'abakozesa okutulugunya abo abatambulira mu kitangaala.

Oyinza kweyisa otya eri abakubonyaabonya naye nga tebamanyi kituufu?

Yesu akuyigiriza okwagala kwa Katonda bwe kuli n'engeri omukristaayo gyalina okw'eyisaamu mu kigambo eky'asooka ku musalaba. Mu Matayo 5:44 wagamba: *"Naye nange mbagamba nti Mwagalenga abalabe bammwe, musabirenga ababayigganya."*

N'olwekyo tulina okuba nga tuli beetegefu okusabira abo bonna abatuyiganya nga tugamba, "Kitange basonyiwe kubanga tebamanyi kye bakola. B'awe n'omukisa n'abo, bakkirize Mukama tusobole okusisinkana nate mu ggulu."

Leero onooba nange mu lusuku lwa Katonda

Abatemu babiri n'abo bakomererwa Yesu bwe yali awanikibwa ku musalaba ku lusozi wagulu e gologoosa, "ekifo ekiyitibwa kiwanga" (Lukka 23:33).

Omu ku batemu n'avuma Yesu naye omutemu omulala n'amuneya, Era ye n'eyeenenya era n'akkiriza Yesu ng'omulokozi we. Awo Yesu n'amusuubiza nti ajja kuba naye mu lusuku lwa Katonda. Kino kye kigambo eky'okubiri ekya Yesu ku musalaba.

Omu ku abo abaakola obubi abaawanikibwa n'amuvuma ng'agamba nti Si gwe Kristo? Weerokole wekka naffe! "*Naye ow'okubiri n'addamu n'amuneya, n'agamba nti N'okutya totya Katonda? Kubanga oli ku kibonerezo kye kimu naye? Era ffe twalangibwa nsonga; kubanga ebisaaanidde bye twakolanga bye tusasulibbwa: naye ono takolanga kigambo ekitasaana"*

Nagamba nti "Yesu onzijukiranga bw'olijjira mu bwakabaka bwo" Yesu n'amugamba nti "mazima nkugamba nti leero onooba nange mu Lusuku lwa Katonda." (Lukka 23:39-43).

Yesu y'ayasanguza nti Ye yali omununuzi eyali ow'okusonyiwa ababi nga beenenyezza n'okubalokola okuyita mu kigambo Kye eky'okubiri ku musalba.

Bw'osoma ebitabo by'enjiri ebina, abatemu ababiri bye bagamba Yesu byawandiikibwa mu ngeri yanjawulo. Mu Matayo 27:44, wagamba *"Abanyazi abaakomererwa naye era nabo ne bamuvuma bwe batyo."* Mu Makko 15:32 wasoma, *"Kristo Kabaka wa Isiraeri ave kaakano ku musalaba tulyoke tulabe tukkirize. Ne bali abaakomererwa naye ne bamuvuma."*

Okuva mu njiri zino ebbiri, osoma nti abanyazi bombi bavuma Yesu.

Naye mu Lukka 23, osoma nti omunyazi omu yanenya omulala era ye n'eyeenenya ebibi bye, n'akkiriza Yesu Kristo era n'alokoka. Kino tekitegeeza nti enjiri zikubagana empawa. Wabula, Kigendererwa kya Katonda, okuleka abawandiisi bano okuwandiika mu ngeri ez'enjawulo. Mu Baibuli, ekigendererwa kya Katonda n'ebyafaayo byonna bifuutikiddwa wamu. Singa buli kimu kyawandiikibwa mu bujjuvu, Baibuli nga lukumi tezandimaze.

Ennaku zino, bwokwata ebintu ku kamera, osobola okuddamu okubiraba w'oyagalira naye mu biseera bya Yesu tewaaliwo byuma nga bino era tebasobola n'akukwatayo wadde ekifaananyi ekimu, wadde nga bino bya bintu bikulu nnyo. Baali basobola kuwandiika buwandiisi. Kyokka, mu njawulo entonotono zino ezibaawo mu bawandiisi osobola okumanya n'okukubisaamu embeera yennyini nga bwe yali ekiseera ekyo.

Okutegeera obulungi okukomererwa kwa Yesu.

Yesu bwe yabuuliranga enjiri, ebibiina by'abantu bangi by'amugobereranga. Abamu baayagalanga okuwulira obubaka Bwe, abalala baayagalanga kulaba eby'amagero n'obubonero okuva mu ggulu, so ng'abalala baamwagalangako mmere n'abandi baatundanga eby'abwe n'ebagoberera n'okuweereza Yesu.

Mu Lukka 9, Yesu yasabira emigaati etaano n'ebyenyajna bibiri. Omuwendo gw'abo abaalya gwalinga gw'abasajja enkuumi taano (Lukka 9:12-17). Kati tebereezaamu baali bameka abaakung'aana omuli abaali bagala Yesu n'abo abaali tebamwagala, mu kifo mwe baalina okumukomerera, Abantu abayitirivu baakung'ana okwetoloola omusalaba ng'abasirikale bakomako b'akome, n'amafumu wamu n'engabo. Weewunye abantu abaali beetolodde okumpi omusalaba ng'abavuma Yesu, ekibinja ky'abantu b'amuvvolanga, n'omu ku basibe abaali bakomereddwa ne Yesu y'amuvuma.

Olowooza ani yali ayinza okuwulira omu ku banyazi kye y'ayogera? Kiteekwa okuba ng'abantu baali baleekana nnyo ng'abo bokka bokka abaali okumpi ne Yesu be baawulira ebigambo Bye. Omunyazi omulala alina kye yayogera ng'atunudde eri Yesu naye nga munyiivu, Naye omunyazi ono mu butuufu yali anenya munne olw'okuvuma Yesu. Naye abo abaali ewala bayinza okuba baalowooza nti omunyazi ono eyali

yeenenya nti naye yali avuma Yesu eyabali wakati.
Oba oly'awo, mu kavuvung'ano ako n'okuleekaana, buli muwandiisi w'enjiri owa Matayo ne Makko baali tebawulira bulungi munyazi yeenenya ne balowooza nti naye yali avuma Yesu. Era kwe kuwandiika nti bombi baavuma Yesu.
Kyokka, nga ate ye omuwandiisi w'enjiri ya Lukka y'awulira bulungi, eby'ayogerwa. Era y'amanya nti omu kubbo teyavuma naye yali yeenenya. Abawandiisi ab'enjawulo baali mu bifo byanjawulo era kwe kuwandiika eby'enjawulo.
Katonda amanyi buli kimu, Y'abaganya okuwandiika mu ngeri ez'enjawulo, abantu b'omumirembe egiddirira basobole okwawula mu mbeera zino bulungi.

Ekifo mu ggulu eky'abo ab'enenya.

Yesu y'asuubiza omunyazi eyeenenya ku musalaba nga tannaba kufa, "onooba nange mu lusuku lwa Katonda." Kirina amakulu ag'Omwoyo.
Eggulu, Obwakabaka bwa Katonda, bunene nnyo okusinga n'ebwolowooza. Ne Yesu Yatugamba mu Yokaana 14:2, *"Mu nnyumba ya Kitange mulimu ebifo bingi, eby'okubeeramu. singa tekiri bwekityo, nandibagambye kubanga ng'enda okubateekerateekera ekifo."* Mu Zabbuli batukubiriza *"Mumutendereze mmwe eggulu lye ggulu, nammwe amazzi agali waggulu w'eggulu"* (148:4). Nekkemiya 9:6 atendereza Katonda "eyakola eggulu, eggulu erya waggulu ennyo." 2 Abakkolinso 12:2 w'ogera ku "muntu omu mu Kristo e'yakwatibwa mu ggulu ery'okusatu" Mu Okubikkulirwa 21:2,

wagamba nti mu Yerusaleemi empya we wali n'amulondo ya Katonda.

Mu ngeri y'emu waliyo ebifo bingi mu ggulu. Wabula, tokkirizibwa kubeera wonna w'oyagala. Katonda omw'enkanya Y'akuwa empeera okusinziira ku ky'okoze mu nsi muno: okoze ky'enkana ki okufaanana Mukama wo, era okoledde ki obwakabaka bwa Katonda era mu ggulu otereseeyo ky'enkana ki n'ebiralala bingi (Matayo 11:12; Okbikkulirwa 22:12).

Yokaana 3:6 wasoma, *"Ekizaalibwa omubiri kiba mubiri, n'ekizaalibwa omwoyo kiba mwoyo."* Okusinziira ku kufuba omuntu kw'afubye okw'egyako eby'omubiri era n'afuuka omuntu ow'Omwoyo, ebifo eby'omuggulu biri y'awulwamu okusinziira ku mitendera egy'Omwoyo bwe giri.

Ekituufu kiri nti, buli kifo mu ggulu kirungi nnyo kubanga Katonda Y'akifuga. Naye era ne mu ggulu waliyo enjawulo. Eky'okulabirako engeri abantu gye babeeramu, bye basinga okunyumirwa, bye bakozesa, nga gye bayita mu Kiggagga bwe wabeera nga waawuka ku Kyalo, Mu ngeri y'emu, ekibuga ekitukuvu, Yerusaleemi empya kye kifo ekisinga obulungi mu ggulu nga Namulondo ya Katonda gyeri wamu n'abaana abamufaanana ennyo gye balituula.

Naye Olusuku lwa Katonda, omunyazi eyeenenya ku ssaawa esembayo ku musala gyabeera, era luli eyo ku ngyegoyego z'ggulu. N'abalala bangi abafuna obulokozi obw'ekiswavu eyo gye bajja okubeera. Abantu bano bakkiriza Yesu Kristo naye ne baatwala ddala lya kukyusibwa mu mwoyo.

Lwaki omunyazi eyeenenya y'ayingira mu lusuku lwa Katonda?

Yakkiriza nti yali mwonoonyi mu mutima gwe omulungi era n'akkiriza Yesu ng'omulokozi we. Naye teyaggyako bibi bye, wadde okutambulira mu kigambo kya Katonda, oba okubuulira abalala enjiri. Teyakolera Mukama. Teyakola kintu kyonna okufuna empeera ey'eggulu. Eyo yensonga lwaki yayingira mu lusuku lwa Katonda ekifo ekisembayo okuba eky'awansi mu ggulu.

Okukka Kwa Yesu mu ntaana ey'awaggulu

Newankubadde nga Yesu Yasuubiza omunyazi nti "Leero onooba nange mu lusuku lwa Katonda," tekitegeeza nti Yesu abeera mu Lusuku lw'eggulu mwokka, Yesu, Kabaka wa bakabaka era Mukama wa bakama, afuga era atuula n'abaana ba Katonda mu ggulu lyonna, omuli n'olusuku wamu ne Yerusaleemi empya. Kino kitegeeza nti mu Lusuku n'amwo abeeramu n'emubifo ebirala byonna mu ggulu.

Yesu bwe yagamba omunyazi nti "Leero onooba nange mu Lusuku lwa Katonda, "leero" tekitegeeza lunaku lwennyini Yesu lwe yafa ku musalaba oba olunaku olulala lwonna.Yesu yayogera nti yali wakuba n'omunyazi wonna we yali ajja okuba, okuva mu kiseera lwe yafuuka omwana wa Katonda."

Bwe tusoma Baibuli, Yesu teyagenda mu Lusuku lwa Katonda ng'amaze okufa. Mu Matayo 12:40, Yesu agamba abamu ku Bafalisaayo nti, *"kuba nga Yona bwe yamala ennaku* essatu, emisana n'ekiro mu lubuto lwa lukwata; bwatyo n'Omwana w'Omuntu bw'alimala ennaku essatu emisana ne kiro mu mutima gw'ettaka." Abaefeeso 4:9 wasoma, "Naye ekigambo ekyo nti Yalinnya kigambo ki wabula okugamba nti era yakka mu njuyi eza wansi ez'ensi?"

Okwongera kw'ebyo 1 Peetero 3:19 wagamba "*Era gwe yagenderamu n'abuulira emyoyo egiri mu kkomera*" Yesu yagenda mu ntana ey'awaggulu era n'abuulira enjiri eri emyoyo nga tannaba kuzuukizibwa ku lunaku olw'okusatu. Lwaki kino kyali ky'etaagisa?

Yesu bwe Yali tannajja mu nsi eno, abantu bangi mu biseera by'endagaano enkadde n'a bantu ne mu biseera by'endagaano empya tebafuna mukisa ogw'okuwulira enjiri naye nga batambulira mu bulungi nga bakkiriza Katonda. Tukitwale nti abantu abo bonna baagenda mu geyeena kubanga tebamanya Yesu y'ani?

Katonda yatuma Omwana We yekka mu nsi eno era buli amukkiriza alirokolebwa. Katonda teyanditandiise mulimu gw'akuteekateeka bantu, okusobola okulokola abo bokka abakkiriza Yesu Kristo ng'amaze okukomererwa. Abo abatafuna mukisa guwulira njiri naye nga beeyisanga bulungi, bajja kusalirwa omusango okusinziira ku neeyisa yaabwe.

Ku luuyi olumu abo abantu abalungi mu mutima bakung'ana bwe bati "mu ntaana aya waggulu." Ate ku luuyi olulala, "emagombe" we wakung'anira emwoyo emibi, okutuusa ku Lunaku olw'okusala omusango. Ng'amaze okukomererwa. Yesu yagenda mu magombe n'abuulira enjiri emyoyo egitamanya ku njiri naye nga baalinga beeyisa bulungi era nga baali basaana okulokolebwa.

Tewali linnya ddala wansi w'eggulu ery'aweebwa abantu mwe bayita okulokolebwa okujjako erya Yesu Krisito. Eyo yensonga lwaki Yesu yagenda era neyeebuulirako eri emyoyo olwo giryoke gimukkirize era girokolebwe.

Baibuli egamba nti emyoyo egy'alokolebwa nga Yesu tannaba ku komererwa gy'asitulibwa n'egiteekebwa ku ludda lwa Ibulayimu (Lukka 16:22) naye n'egiteekebwa ku ludda lwa Yesu oluvanyuma lw'okukomerebwa.

Okulokolebwa olw'okuba n'omutima n'ebirowoozo ebirungi

Yesu nga tannajja mu nsi eno okubunyisa enjiri, abantu abeeyisa obulungi baali babaddewo nga bagoberera obulungi obuli mu mitima gyabwe, ery'o ly'etteeka ly'emitima n'ebirowoozo ebirungi. Abantu abalungi tebaakolanga bubi newankubadde nga baalinanga ebizibu era ne bayita mu mitawaana, kubanga baawulirizanga eddoboozi mu mitima gyabwe.

Baruumi 1:20 wasoma, *"Kubanga ebibye ebitalabika, okuva ku kutonda ensi birabikira ddala nga bitegeererwa ku bitonde, obuyinza Bwe obutaggwawo n'obwakatonda Bwe babeere nga tebalina kya kuwoza."*

Ng'otunuulira obutunuulizi ensi n'engeri buli kimu ku nsi bwe bikola, abantu abalina emitima emirungi bakkiriza nti waliyo obulamu obutaggwaawo. Eno yensonga lwaki tebeyisa bubi, era n'ebeefuga obutwalibwa binyumu bya nsi. Olw'okutya

Katonda. Baruumi 2:14-15 wasoma, *"Kubanga abamawanga abatalina mateeka bwe bakola mu buzaaliranwa eby'amateeka, abo bwe bataba na mateeka, beebeerera amateeka bokka, kubanga balaga omulimu gw'amateeka nga gwawandiikibwa mu mitima gyabwe, omwoyo gwabwe nga gutegeeza wamu n'ebirowoozo nga biroopagana oba nga biwozagana byokka na byokka."*

Katonda etteeka yaliwa Bayisiraeri bokka so si aba mawanga amalala. Naye ate abamawanga amalala babeera nga abagoberera amateeka ago bwe batambulira ku maateeka ag'emitima gyabwe, ebirowoozo byabwe bye bafuna era ne babikola. Toyinza kugamba nti abo abatakkiririzza mu Yesu Kristo tebayinza kulokolebwa kubanga tebaawulirako njiri mu bulamu bwabwe.

Mwabo abaafa nga tebamanyi Yesu Kristo, mwalimu abantu abamu abaali beekomako obutalowooza bubi, olw'emitima gyabwe emirungi. Abantu bano bajja kulokolebwa okusinziira nsala Ya Katonda ey'esigamiziddwa ku mitima n'ebirowoozo ebirungi.

Omukyala laba omwana wo; Laba nnyoko

Omutume Yokaana y'awandiika bye yalaba era kye yawulira okuva ku musalaba Yesu kwe yali alengejjera. Waaliwo abakyala bangi omuli ne Malyamu nnyina wa Yesu, Solome, muganda wa maama wa Yesu, Malyamu muka kulopasi, ne Malyamu Mangadalena. Mu Yokaana 19:26-27, Yesu n'agamba Malyamu nnyina eyali omunakuwavu ennyo, okulowooza ku Yokaana nga mutabani we, era N'agamba ne Yokaana okulabirira Malyamu nga nnyina:

"Awo Yesu bwe yalaba nnyina, n'omuyigirizwa gwe yali ayagala ng'ayimiridde kumpi, n'agamba nnyina nti." Omukyala, laba omwana wo! Oluvanyuma n'agamba omuyigirizwa ntilaba nnyoko! Awo okuva mu ssaawa eyo omuyigirizwa oyo n'amutwala eka ewuwe.

Lwaki Yesu y'ayita Malyamu "Omukyala," so si "Maama?"

Ekigambo "maama" tekyayogerwa Yesu, naye kyawandiikibwa omutume Yokaana okusinziira ku kye yalaba. Lwaki, olwo Yesu Y'ayita nnyina ey'amuzaala "Omukyala?"

Bw'ogenda mu Baibuli, Yesu teyamuyita "Maama"

Eky'okulabirako, mu Yokaana 2:1-11, Yesu y'akola eky'amagero ekisooka eky'okukyusa amazzi okugafuula omwenge ng'atandika obuweereza Bwe. Eky'amagero kino ky'abaawo ku mbaga e kaana mu Galiraaya. Yesu N'abayigirizwa Be n'abo baali bayitiddwa ku mbaga eno. Omwenge bwe gwa gwawo, Malyamu n'amugamba, "Tebalina nvinnyo" kubanga yamanya nti Ye ng'omwana wa Katonda, Yesu yali asobola okukyusa amazzi n'egafuuka omwenge. Awo Yesu n'amugamba, "Omukyala, Onvunaana ki? Ekiseera kyange tekinnaba kutuuka."

Yesu yaddamu nti ekiseera Kye okw'eyoleka nga Masiya kyali tekinnaba kutuuka wadde nga Malyama abagenyi y'abakwatirwa ekisa, kubanga omwenge gwali guweddewo. Okukyusa amazzi n'egafuuka omwenge mu by'omwoyo kitegeeza nti Yesu yali wa kuyiwa omusaayi Gwe ku musalaba.

Yesu Ye y'ogerako nti Yali azze mu nsi eno ng'omulokozi ng'atuukiriza entegeka y'obwa Katonda ey'okulokola abantu ku musalaba. Ye nsonga lwaki Y'ayita Malyamu nti "Omukyala" so si "Maama."

Ekirala, Omulokozi waffe Yesu, Katonda omu ku busatu era Omutonzi. Katonda Omutonzi ALINGA BWALI (Okuva 3:14) era Ye w'olubeereberye era ow'enkomerero (Okubikkulirwa 1:17, 2:8). N'olwekyo, Yesu talina nnyina era yensonga lwaki Yesu y'amuyita "Omukyala": n'atamuyita "Maama."

Ennaku zino, abaana bangi aba Katonda boogera ku Malyamu nti ye "Nnyina wa Yesu omutuukirivu" Oba n'ebamukolera n'ebibumbe era ne bavvunnama mu maaso g'abyo. Olina okukitegeera nti kino kikyamu ddala kubanga si ye maama w'omulokozi waffe (Okuva 20:4).

Obutuuze obw'omuggulu

Yesu yagumya Malyamu eyali mu nnaku enyingi olw'okukomererwa Kwe era n'agamba omuyigirizwa We Yokaana, Gwe yali ayagala alabirire Malyamu nga maama we y'ennyini. Wadde Yesu yali mu bulumi bungi ku musalaba, yali akyafaayo nnyo ku kiki ekinaatuuka ku Malyamu ng'amaze okufa. Wano osobola okutegeera okwagala Kwe bwe kwenkana. Mu kigambo kya Yesu eky'okusatu ku musalaba, tusobola okumanya nti mu kukkiriza, ffena tuli baaluganda mu maka ga Katonda. Laba mu Matayo 12:48-50 ab'enyumba ya Yesu bwe bajja okumulaba.Yesu bwe baamugamba nti maama We ne baganda Be baali bayimiridde ebweru nga baagala okwogera naye, N'agamba ekibiina nti:

> *"Ani mmange? Be baani baganda bange? N'agolola omukono eri abayigirizwa Be. N'agamba nti Laba, mmange ne baganda bange. Kubanga buli akola Kitange ali mu ggulu by'ayagala. Ye muganda wange, ye mwannyinaze ye mmange."*

Ng'okukkiriza kwo kugenda kukula ng'omaze okukkiriza Yesu Kristo, okutegeera kwo okw'obutuuze bw'omuggulu kugenda kweyongera okutegeerereka obulungi, n'oyagala baganda bo ne bannyoko mu Kristo okusinga ab'enganda zo bwe mu zaalibwa mu mubiri. Ab'ekika kyo bwe baba nga si baana ba Katonda, ab'ekika kyo tebajja kisigala nga "baganda bo"ab'olubeerera. Oluganda olwo luggwawo ng'ofudde. Bwe baba tebakkiriza mu Yesu Kristo oba nga te bagoberera ebyo Katonda by'ayagala, wadde bagamba nti bakkiriza mu Katonda, bajja kugenda mu geyeena kubanga empeera y'ekibi kuba kufa (Matayo 7:21).

Omubiri gwo gw'olaba guddayo mu nfuufu oluvanyuma lw'okufa naye olina omwoyo ogutafa. Katonda bw'anaatwala omwoyo gwo, ojja kuba mulambo bulambo ogujja okuvunda essaawa yonna. Katonda Omutonzi yakola omuntu ey'asooka okuva mu nfuufu era n'amufuuwamu omukka ogw'obulamu mu nyindo ze, n'olwekyo omwoyo gwe n'egufuuka ogutafa. Katonda yazaala omwoyo gwo ogutafa era n'akola n'omubiri ogulidda mu nfuufu. N'olwekyo, ye kitaawo omutuufu.

Matayo 23:9 watugamba *"Era temuyitanga muntu ku nsi kitammwe, kubanga kitammwe ali omu, ali mu ggulu."* Kino tekitegeeza nti tolina kwagala baganda bbo ab'omukika abatakkiriza, kikulu nnyo okubagala ennyo, obabuulire enjiri, era obatwale mu ku kkiriza Kristo.

Eroi, Eroi, Lama Sabakusaani?

Yesu y'akomererwa ku musalaba mu ssaawa ey'okusatu, era okuva ku ssaawa ey'omukaaga, ekizikiza n'ekikwata ensi yonna okutuusa ku ssaawa ey'omwenda bwe Yassa omuka Gwe ogusembayo. Okukyusa kino ku ssaawa zaffe z'etutegeera, B'amukomera ku makya ssaawa ssatu, era oluvanyuma lw'essawa ssatu mu ttuntu, ekizikiza n'ekikwata mu nsi yonna okutuuka ku ssaawa mwenda ez'olweggulo.

Awo essaawa bwe zaali ziri mukaaga, ne waba ekizikiza ku nsi yonna okutuusa ku ssaawa ey'omwenda, Awo mu ssaawa ey'omwenda, Yesu n'akaaba n'eddoboozi ddene nti, "Eroi Eroi lama sabakusaani?" okutegeezebwa kwakyo nti "Katonda wange, kiki ekikundesezza?" (Makko 15:33-34).

Essaawa mukaaga nga ziyiseewo, ku ssaawa ey'omwanda, Yesu n'akowoola Katonda nti "Eroi Eroi lama sabakusaani" Kye kigambo eky'okuna Yesu ky'ayogera ku musalaba. Yesu yali akooye, kubanga Yali awanikiddwa ku musalaba okumala essaawa mukaaga ng'ayiwa omusaayi Gwe n'amazzi wakati mu ssana ly'ettuntu mu ddungu, Yali aweddeyo. Naye olwo, lwaki yakowoolo Katonda mu ddoboozi eddene? Buli kigambo ku bigambo omusanvu Yesu bye yayogera ku musalaba, kirina amakulu ag'omwoyo. Singa byali teby'ogeddwa kuwulirwa. By'andibadde tebirina makulu, Ebigambo bino omusanvu byali biteekeddwa okuwandiikibwa mu Baibuli bulungi, buli omu asobole okutegeera okw'agala kwa Katonda.

N'olwekyo, Y'ayogera ebigambo omusanvu ku musalaba, n'amaanyi Ge gonna, kisobozese abo abaali okumpi n'omusalaba okubiwulira obulungi era b'abiwandiike.

Abamu bagamba nti Yesu yakaaba ng'anyigidde Katonda, kubanga Yali azze ku nsi kuno mu mubiri n'ayita mu bulumi obuyitirivu ekitetaagisa. Naye ekyo si kituufu N'akatono

Lwaki Yesu Yakaaba mu ddoboozi eddene nti *"Eroi Eroi Lama Sabakusaani?"*

Ensonga Lwaki Yajja ku nsi yali kuzikiriza mirimu gy'omulabe sitaani era Atuggulirewo oluggi lw'obulokozi. N'olwekyo, Yesu y'agondera okwagala kwa Katonda okutuuka n'okufa era neyeeweerayo ddala. Nga tannaba ku komererwa, Yasaba nnyo n'amaanyi ge gonna era entuuyo Ze n'ezibanga amatondo g'omusaayi agagwa ku ttaka (Lukka 22:42-44). Y'ettika omugugu gwe, ng'amanyi bulungi obulumi bwe yali agenda okuyitamu ku musalaba. Yagumira okuyisibwa obubi n'okubonabonera ku musalaba kubanga yali amanyi entegeka ya Katonda eri abantu. Awo, Yesu yandinyiigidde atya okufa Kwe? Okukaaba kwe tekaali kabonero kalaga nnaku oba okwevuma Katonda.Yesu yalina ensonga lwaki yakikola.

Ekisooka, Yesu yayagala okubuulira ensi nti yali Akomeredda okununula ab'onoonyi bonna mu bibi.
Y'ayagala buli omu ategeere nti Yaleka ekitiibwa Kye mu ggulu nti era yali alekeddwa ddala Katonda nga wadde ye yali omwana omu yekka owa Katonda.Yakaaba mu ddoboozi eddene okumanyisa buli omu nti yali awulira obulumi bungi nnyo ku musalaba okulokola n'okununula ab'onoonyi okuva mu bibi. Baibuli etulaga nti Yatera okuyita Katonda nti "Kitange" naye ku musalaba Yesu y'amuyita, "Katonda wange" kubanga Yesu Yakomererwa ku lw'abonoonyi ate ab'onoonyi tebayinza kuyita Katonda nti "Kitange."

Mu kiseera ekyo, Katonda yali atwala Yesu ng'omwonoonyi eyali y'ettisse ebibi byonna eby'abantu, era "Yesu yali tayinza kwe tantala kuyita Katonda nti Kitange." Mu ngeri y'emu Katonda omuyita "Aba Kitange" ng'olina okwagala okw'addala Gyali naye. Muyite "Katonda" sso si "Kitange" bw'oba oli wala oba munafu mu Katonda, kubanga okola ebibi oba oli munafu mu kukkiriza. Katonda ayagala abantu bonna okufuuka abaana be abatuufu abasobola okumuyita "Taata" nga bakkiriza Yesu Kristo era ne batambulira mu kitangaala.

Eky'okubiri, Yesu yayagala okulabula abantu abaali batamanyi kwagala kwa Katonda era nga bakyatambulira mu kizikiza.

Katonda Y'atuma omwana we omu yekka Yesu Kristo mu nsi muno era N'akkiriza avvolebwe, era Akomererwe ku musalaba ebitonde Bye byennyini. Yesu y'amanya lwaki Y'aleka omwana We, naye enkuyanja y'abantu abaamukomerera tebamanya kwagala kwa Katonda.

Yaleeka "Katonda wange, Katonda wange, kiki ekikundesezza?" Okutegeeza abaali batamanyi bategeere okwagala kwa Katonda era beenenye olwo balyoke badde eri ekkubo ly'obulokozi.

Nnina ennyonta

Mu ndagaano enkadde, mulimu obunabbi bungi obwogera ku kubonabona kwa Yesu ku musalaba. Mu Zabbuli 69:21, wagamba, *"Era bampa omususa okuba emmere yange; Era bwe nalumibwa ennyonta ne bannywesa omwenge omukaatuufu."* Nga bwe ky'ayogerwako mu Zabbuli, Yesu bwe yagamba, "nnina ennyonta," Abantu ne bateeka ku ezobu, ekisuumwa ekijjudde omwenge omukatuufu, ne bakitwala ku mumwa gwa Yesu.

Oluvanyuma lw'ebyo, Yesu bwe yamanya nti kaakano ebigambo byonna bimaze okutuukirira, ekyawandiikibwa kituukirizibwe, n'agamba nti "nnina ennyonta" waali wateekeddwawo ekibya ekkijjudde omwenge omukatuufu awo ne bassa ku ezobu ekisuumwa ekijjudde omwenge omukatuufu n'ebakitwala ku mumwa gwa Yesu. (Yokaana 19:28-29).

Dda nnyo nga Yesu tannaba kuzaalibwa mu kibuga Beserekemu, Omuwandisi wa Zabbuli yalaba mu kwolesebwa nti Yesu yali wakukomererwa era afiire ku musalaba era n'akiwandiikako Yesu y'agambanti, "Nnina ennyonta" eky'awandiikibwa kituukirire.

Katulowooze ku makulu ag'omwoyo ag'ekigambo kya Yesu eky'okutaano ku musalaba, "Nnina Ennyonta."

Yesu Ayogera Ku Nnyonta Ye Ey'omwoyo

Abantu bangi bayinza okugumira enjala naye si nnyonta.Yesu yali akooye nnyo kubanga yali akomereddwa ku musaalaba okumala essaawa mukaaga era n'ayiwa omusaayi Gwe mu kasana perekettya ak'eddungu. Ennuma ennyonta gye yali emulumamu yali terowoozekekako.

Kino tekitegeeza nti Yesu yali takyasobola kugumunkiriza nnyonta eno, weyagambira nti "Nnina ennyonta." Yali Akimanya nti yali ali kumpi kuddayo mu ggulu eri Katonda mu mirembe.

Naye amazima, Yalina okusinga ennyonta ey'omwoyo okusinga ey'omubiri. Ntegeeza nti, Okuyayaana kwa Yesu eri abaana ba Katonda nti "Nnina ennyonta kubanga njiye omusaayi gwange. Mumale ennyonta nga musasula omusaayi gwange."

Emyaka enkumi bbiri giyiseewo bukya Yesu afiira ku musaalaba, naye akyatugamba nti Alina ennyonta. Ennyonta eyali emuluma olw'okuyiwa omusaayi Gwe. Y'ayiwa omusaayi Gwe okusonyiwa ebibi byo era akuwe obulamu obutagwaawo.

Yesu akugamba nti Alina ennyonta okusobola okulaga okwagala Kwe okulokola emyoyo egy'abula. N'olwekyo, abaana ba Katonda abaalokolebwe olw'omusaayi gwa Yesu balina okuliwa omusaayi Gwe.

Engeri gy'osasulamu omusaayi gwa Yesu, okusobola okumumala ennyonta kwe kukyusa abantu ababadde b'akutte ekkubo erigenda mu geyeena n'obakulembera n'gobatwala kkubo erigenda mu ggulu.

N'olwekyo, olina okwebaza ennyo Yesu eyayiwa omusaayi Gwe era Kati ggyawo ennyonta Ye ng'olung'amya abantu eri ekkubo ery'obulokozi.

Kiwedde

Mu Yokaana 19:30, Yesu bwe yamala okuweebwa omwenge n'agamba nti, "Kiwedde" n'akutamya omutwe Gwe n'awaayo omwoyo Gwe. Yesu yakkiriza ekisuumwa ekyali kijjudde omwenge nga kisibiddwa ku ezobu, si lwakuba nti yali tasobola kugumira nnyonta Ye, Mukikolwa Kye mulimu amakulu ag'omwoyo.

Ensonga lwaki Yesu yajja mu nsi mu mubiri kwali ku komererwa ku musaalaba olw'ebibi by'abantu. Mu kwagala Kwe okungi gye tuli, Yesu yatuukiriza etteeka ery'endagaano enkadde n'eyeettika ebibi by'abantu n'ekikolimo ku lwabwe. Mu biseera eby'endagaano enkadde, abantu baawangayo Ssaddaaka z'omusaayi gw'ebisolo eri Katonda bwe baayonoonanga. Naye, Yesu yakola ng'assaddaaka ey'omulundi ogumu ku lw'ebibi byonna ng'ayiwa omusaayi Gwe (Abaebbulaniya 10:11-12). N'olwekyo ebibi byo bikusonyiyibwa, bw'okkiriza Yesu Kristo kubanga Yakununula dda. Ekisa eky'okununula okuyita mu Yesu Kristo baba bategeeza omwenge omusu, era y'anywa omwenge omukatuufu okusobola okutuwa omwenge omusu.

Amakulu ag'omwoyo ag'ekigambo "Kiwedde"

Yesu yagamba, "Kiwedde" era n'awaayo omwoyo Gwe. Kino kirina makulu ki ag'omwoyo?

Yesu yafuuka omubiri, najja ku nsi, n'abulira enjiri, n'awonya buli bunafu n'endwadde, era n'aggulawo ekkubo ery'obulokozi nga yeetikka omusalaba ku lw'abo bonna abaali basaliddwa ogw'okufa.

Yatuukiriza etteeka ery'endagaano enkadde n'okwagala Bwe yeewaayo nga Ssaddaaka okutuuka okufa. Era, yawangulira ddala omulabe seetani ng'azikiririza ddala emirimu gye. Ekyo kitegeeza Yatuukiririza ddala enteekateeka y'obwakatonda ey'okulokola abantu. Eyo yensonga lwaki Yesu yagamba nti, "Kiwedde" ku musalaba.

Katonda ayagala abaana Be okutuukiriza buli kimu ng'abatambulira mu kwagala kwa Katonda ng'omwana We omu yekka Yesu bwe yatuukiriza ekigendererwa ky'obulokozi olw'okugondera Kitaawe okutuuka n'okuwaayo obulamu Bwe, ng'okwagala kwa Katonda n'entegeka Ye bwe yali.

N'olwekyo, olina okusooka okulabira ku mutima gwa Mukama wo, ng'ofuna okwagala okw'Omwoyo, ng'ofuna ebibala omwenda eby'Omwoyo Omutukuvu (Abaggalatiya 5:22-23) n'okutuukiriza ebisanyizo (Matayo 5:3-10). Olwo olina okuba omwesigwa eri omulimu ogukuweebwa Mukama. Olina okulung'amya abantu bangi eri Mukama ng'oyita mukusaba ennyo, okubuulira enjiri n'okuweereza ekanisa.

Nsuubira nti buli omu ku mmwe, abaana ba Katonda abagalwa, mujja kuwangula ensi n'okukkiriza okunyweevu, mube n'essuubi mu ggulu, n'okwagala eri Katonda, era mwatule nti "Kiwedde" nga mugondera Katonda n'okwagala Kwe mu ngeri Mukama waffe Yesu Kristo gye yatulaga.

Kitange nteeka Omwoyo gwange Mu Mikono Gyo

Mu kiseera Yesu weyayogerera ebigambo Bye ebisembayo ku musaalaba, Yali akooye nnyo. Mu mbeera eno, Yesu yayita n'eddoboozi eddene, "Kitange nteeka Omwoyo gwange mu mikono Gyo."

Yesu n'ayogera n'eddoboozi eddene n'agamba nti

"*Kitange Nteeka omwoyo gwange mu mikono Gyo.*"
Bwe yamala okwogera ekyo n'awaayo obulamu. (Lukka 23:46).

Osobola okukiraba nti Yesu yayita Katonda "Kitange" mu kifo kya "Katonda wange" Kino kiraga nti Yesu yali kati amaliriza omulimu Gwe ng'ekiweebwayo eky'omutango.

Yesu Y'awaayo Emmeeme N'omwoyo Gwe eri Katonda.

Lwaki Yesu, ey'ajja ku nsi ng'Omulokozi waffe, yawaayo emmeeme Ye n'omwoyo Gwe mu mikono gya Kitaawe?

Omuntu abeera n'emmeeme, Omwoyo, n'omubiri (1 Bassesaloniika 5:23). Bw'afa, emmeeme ye n'omwoyo bigenda awali Katonda, bw'aba omwana wa Katonda, Bw'ataba omw'oyo n'emmeeme ye bigenda mu ggeyeena (Lukka 16:19-31). Omubiri gwe guziikibwa era n'egguddayo mu nfuufu.

Yesu, Omwana wa Katonda, yafuuka omubiri era n'ajja mu nsi. Yalina emmeeme, omwoyo n'omubiri ng'affe. Bwe Yakomererwa, omubiri Gwe gw'afa naye si bwe kyali ku mmeeme Ye n'Omwoyo Gwe; Yawaayo emmeeme Ye n'omwoyo Gwe mu mikono gya Katonda.

Katonda atwala emmeeme n'omwoyo gwo b'wofa. Singa Katonda atwalako omwoyo gwokka, emmeeme n'agireka, tolifuna ssanyu lya nnanaddala mu ggulu oba okwebaza okuva ku ntobo yo'mutima gwo. Lwaki? Oliba tojjukira bintu eby'ava mu mmeeme yo ng'amaziga, ennaku okubonabona n'ebintu ebirala bye waguminkiriza ku nsi eno. Eyo yensonga lwaki

Katonda atwala emmeeme yo wamu n'omwoyo.

Lwaki olwo, Yesu yawaayo emmeeme n'omwoyo Gwe eri Katonda? Lw'akuba Katonda Ye Mutonzi, afuga buli kimu mu nsi, era n'alabirira obulamu bwo, okufa, ekikolimo, n'emikisa. Kwe kugamba, buli kimu kya Katonda era kiri wansi wa bufuzi Bwe. Katonda Ye Yekka addamu essaala zo. Bwatyo, ne Yesu Yenyini yalina okusaba okusobola okuteeka emmeeme Ye n'omwoyo Gwe eri Katonda Kitaffe (Matayo 10:29-31).

Yesu Yasaba mu ddoboozi eddene.

Lwaki Yesu yasaba mu ddoboozi eddene wadde nga Yali mu bulumi bungi n'agamba "Kitange nteeka omwoyo gwange mu mikono Gyo?"

Kino kyali bw'ekityo lwakuba, Yali ayagala abantu bawulire era n'okubamanyisa nti okusaba mu lwatu era mu ddoboozi eddene kwagala kwa Katonda. Okusaba Kwe okw'okuwaayo omwoyo Gwe eri Katonda yakozesa amaanyi Ge gonna, nga bwe yasaba ku lusozi Gesesumani bwe baali banatera okumukwata.

Era n'okusaba kwa Yesu, "Kitange, nteeka omwoyo gwange mu mikono Gyo," bwe bukakafu obulaga nti Yesu y'atuukiriza buli kimu okusinziira ku kwagala kwa Katonda. Ky'entegeeza, Kati yali asobola okuwaayo omwoyo Gwe eri Katonda mu kwenyumiriza ng'amaze okutuukiriza omulimu Gwe mu bugonvu obungi eri Katonda.

Omutume Paulo yayogera nti, *"Nnwanye okulwana okulungi, olugendo ndutuusizza, okukkiriza nkukuumye, ekisigaddeyo, enterekeddwa engule ey'obutuukirivu, Mukama* waffe gy'ali mpeera ku lunaku luli, asala emisango egy'ensonga. So si nze nzekka, naye era ne bonna abaagala okulabika kwe" (2 Timoseewo 4:7-8).

Dinkoni Suteefano naye y'atambulira mu kwagala kwa Katonda era n'akuuma okukkiriza. Yensonga lwaki yali asobola nti "Mukama wange Yesu, toola omwoyo gwange" bwe yali assa omukka gwe ogusembayo Bikolwa 7:59. Omutume Paulo ne Suteefano tebandisabye bwe batyo singa baagoberera ensi ng'abaluubirira eby'okwegomba by'ensi ebiva ku kikula ky'obubi.

Mu ngeri y'emu, naawe osobola okw'ogera mukwenyumiriza nti "Kiwede era Kitange nteeka omwoyo gwange mu mikono Gyo" nga Yesu bwe yakola, bw'oba ng'obadde otambulira mu kwagala kwa Katonda Kitaffe:

Kiki Eky'abaawo Nga Yesu Amaze okufa?

Yesu y'afa ku musalaba ng'amaze okwogera ebigambo bye ebisembayo mu ddoboozi eddene: Yali ssaawa ey'o mwenda (ssaawa mwenda ez'olweggulo) wadde bwali misana ekizikiza kyakwata ku nsi yonna okuva ku ssaawa mukaaga mu ttuntu okutuuka ku saawa mwenda era eggiggi lye yeekaalu n'eriyulikamu wakati (Lukka 23:44-45).

Laba, eggigi lya yeekaalu ne liyulikamu wabiri okuva waggulu okutuuka wansi; ensi n'ekankana enjazi ne zaatika entaana ne zibikkuka emirambo mingi egy'abatukuvu abaali beebase ne gizuukizibwa ne bava mu ntaana bwe yamala okuzuulira, ne bayingira mukibuga ekitukuvu, abantu bangi ne babalaba (Matayo 27:51-53).

Mulimu amakulu ag'omwoyo ag'omugaso mu ky'awandiikibwa nti "Eggigi ly'omu yeekaalu ne liyulikamu wabiri okuva waggulu okutuuka wansi," Olutimbe luno oluwanvu olw'omuyeekaalu, lwali lwa kwawulamu ekifo ekitukuva okuva kw'ekyo ekisingira ddala obutukuvu. Tewali y'ayingiranga mu kifo ekitukuvu okujjako kabona ate nga kabona omukulu y'ayingira awasinga okuba awatukuvu era nga kino kibaawo omulundi gumu mu mwaka.

Okuyulika kw'olutimbe lwa yeekalu kiraga nti Yesu Yeewaayo ng'ekiweebwayo eky'emirembe okuyuzayuza ekisenge ky'ebibi. Ng'olutimbe luno terunnayulikamu bibiri, kabona omukulu y'awangayo ekiweebwaayo eky'okubagyawo ebibi ku lw'abantu era n'abatabaganya ne Katonda.

Osobola okuba n'enkolagana ne Katonda butereevu, kubanga ekisenge ky'ebibi ky'asuulibwa wansi okuyita mu kufa kwa Yesu. Ekyo kitegeeza nti, buli akkiririza mu Yesu Kristo asobola okuyingira mu Yeekaalu entukuvu n'asiinza n'okwogera ne Katonda nga tewali kabona oba nnabbi abatabaganya.

N'olwekyo omuwandiisi wa Abaebbulaniya atugamba, *"Kale, ab'oluganda, bwe tulina obugumu okuyingira mu kifo ekitukuvu olw'omusaayi gwa Yesu, mu kkubo lye yatukubira, eriggya eddamu, eriyita mu ggigi gwe mubiri Gw"* (10:19-20).

Okwongereza kw'ebyo, ensi y'akankana n'enjazi n'eziryeryebuka. Ebintu bino byonna ebitali bya bulijjo bikulaga nti obutonde bwonna mu nsi eno bwa yugumizibwa. Kwali kulaga enyike ya Katonda ey'aleetebwa okw'onoona kw'omuntu. Katonda yalaga nti Y'alumwa nnyo ku banga omutima gw'omuntu gwali gukalubiziddwa nnyo, okukkiriza Yesu Kristo n'ewankubadde nga yali Awaddeyo omwana We omu yekka okubalokola.

Entaana z'abikkuka, emirambo mingi egy'abatukuvu abaali beebase ne gizuukizibwa. Buno bukakafu obulaga okuzuukira nti buli akkiririza mu Yesu Kristo asonyiyibwa n'aba mulamu n'ate.

N'olwekyo, nsuubira nti ojja kutegeera amakulu ag'omwoyo n'okwagala kwa Mukama mu bigambo Bye omusanvu eby'asembayo ku musalaba osobole okubeera mu bulamu obw'obuwanguzi obw'ekikristaayo ng'oyayanira okulabika kwa Mukama nga bannakazadde b'okukkiriza.

Essuula 8

OKUKKIRIZA OKUTUUFU N'OBULAMU OBUTAGGWAWO

- Ekyama kino nga kikulu nnyo!
- Okwatula okw'obulimba tekuleeta bulokozi
- Omubiri n'omusaayi gw'Omwana w'Omuntu
- Okusonyiyibwa olw'okutambulira mu kitangaala kyokka
- Okukkiriza okuweerekerwako ebikolwa kwe kutuufu

OBUBAKA BW'OMUSALABA

Alya omubiri gwange, era anywa omusaayi gwange, alina obulamu obutaggwaawo nange ndimuzuukiza ku lunaku olw'enkomerero. Kubanga omubiri gwange kye ky'okulya ddala, n'omusaayi gwange kye ky'okunywa ddala, alya omubiri gwange era anywa omusaayi gwange, abeera mu nze nange mu ye. Nga Kitange omulamu bwe Yantuma, nange bwe ndi omulamu ku bwa Kitange, bw'atyo andya, ye aliba omulamu ku bwange.

Yokaana 6:54-57

Ekiruubirirwa ekisingayo mu kukkiriza Yesu Kristo n'okugendanga mu kanisa kwe kulokolebwa n'okufuna obulamu obutaggwaawo. Naye, abantu bangi balowooza nti bajja kulokolebwa alw'okugenda obugenzi mu kanisa ku sande n'okugamba nti bakkiririza mu Yesu Kristo, naye nga tebatambulira mu kigambo kya Katonda.

Nga bwe kigamba mu Abaggalatiya 2:16: *Naye bwe tumanyi ng'omuntu taweebwa butuukirivu lwa bikolwa bya mateeka."* Tosobola kuyingira ggulu oba okukkirizibwa olw'okugoberera amateeka kungulu, naddala ng'omutima gwo gujjude obubi. Tolina nkolagana yonna na Yesu Kristo, bw'osigala ng'okola ebibi era n'otagoberera Kigambo kya Katonda wadde ng'omaze n'okukiyiga.

N'olwekyo, olina okukitegeera nti kizibu ggwe okulokolebwa olw'okuba oyatula okukkiriza kwo n'emimwa gyokka. Omusaayi gwa Yesu Kristo gukulongoosa okuva mu bibi okukulokola bw'otambulira mu kitangaala era n'obeera mu mazima. Olina okuba n'okukkiriza okutuufu okuwerekerwako ebikolwa (1 Yokaana 1:5-7).

Kati, katulabe mu bujjuvu engeri omuntu gy'afunamu okukkiriza okutuufu okusobola okutuuka ku bulokozi obujjuvu n'obulamu obutaggwaawo ng'abaana ba Katonda aba ddala.

Ekyama kino nga kikulu nnyo!

Mu Abaefeso 5:31-32 wasoma nti, *"Omuntu kyanaava aleka kitaawe ne nnyina ne yeegatta ne mukazi we. Nabo bombi banaabanga omubiri gumu. Ekyama kino kikulu, naye njogera ku Kristo n'ekanisa."* G'aba magezi mazaale, nti abantu baleka bazadde baabwe ne beegatta n'abaami baabwe oba abakyala nga bakuze. Lwaki, olwo, Katonda y'agamba nti kino ekyama kikulu? Bw'ovvunula era n'otegeera ebigambo by'olunyiriri luno nga bwobisomye, toyinza kumanya "Kyama kikulu" kino kye kiri, naye bw'otegeera amakulu ag'omwoyo agali mu lunyiriri olwo, ojja kujjula essanyu.

"Ekanisa" wano kitegeeza abaana ba Katonda abafunye Omwoyo Omutukuvu. Kwe kugamba, Katonda yagerageranya enkolaganawakati wa Yesu Kristo n'abakkiriza ng'eyo ebeerawo wakati w'omusajja n'omukazi ng'abafuuse omu.

Oyinza otya okuva ku bye nsi n'eweegatta n'omugole wo Yesu Kristo?

Bw'okkiriza Yesu Kristo N'okukkiriza

Okuva omuntu ey'asooka Adamu bwe yakola ekibi eky'okujemera Katonda, ekibi ky'ayingira ensi. Abantu bonna anti bava Adamu baafuuka baddu ba kibi era abaana b'omulabe Setaani afuga ensi eno.

Wali wansi era ow'omulabe Setaani oyo alina obuyinza ku nsi eno ey'ekizikiza bwe wali tonnaba kukkiriza Yesu Kristo. Kino kikakasidwa mu Yokaana 8:44 awasoma nti, *"Mmwe muli ba kitammwe Setaani, era mwagala okukola okwegomba kwa kitammwe."* Ne mu 1 Yokaana 3:8, *"oyo akola ekibi wa Setaani."*

Naye, bwe weetwalira Yesu Kristo ng'Omulokozi wo n'ojja mu kitangaala, ofuna obuyinza ng'omwana wa Katonda era n'oteebwa ekikoligo ky'ebibi, kubanga ebibi byo bisonyiyibwa okuyita mu musaayi gwa Yesu Kristo.

Bw'obeera n'okukkiriza nti Yesu Kristo akununudde mu bibi byo ng'otwala omusalaba Gwe, Katonda akuwa Omwoyo Omutukuvu. Ng'ekirabo era Omwoyo Omutukuvu N'azaala omwoyo mu mutima gwo. Omwoyo omutukuvu akubuulira era n'akusomesa okwagala kwa Katonda gwe osobole okubeera era ng'otambulira mu mazima.

Awo nno n'ofuuka omwana wa Katonda akulemberwamu Omwoyo wa Katonda, era mu Ku lulwe okowoola nti, "Aba kitaffe" (Baruumi 8:14-15) era n'osikira obw'akabaka obw' eggulu.

Nga ky'amagero era si kyangu kutegeera nti abaana ba setaani, abaali balina okugwa mu kufa okw'olubeerera, nti kati bafuuse abaana ba Katonda aboolekedde eggulu okuyita mu kukkiriza!

Bw'ofuuka kimu ne Yesu Kristo olw'okumukkiririzaamu Omwoyo Omutukuvu ajja mu mutima gwo n'eyegatta n'ensigo ey'obulamu. Katonda Yatonda omuntu eyasooka okuva mu nfuufu era n'afuuwa mu nyindo ze omukka ogw'obulamu. Omukka ogw'obulamu, y'ensigo ey'obulamu, obulamu bw'ennyini. Ekitegeeza nti telifa era ezze egabanyizibwako abaana n'abazukulu okuyita mu nkwaso ne ggi eby'abantu bye baba n'abyo. Okuva ku mulembe ogumu okutuuka ku mulala.

Ensigo eno ey'obulamu ebikiddwa mu mutima. Katonda bwe yamala okutonda Adamu, N'asimba okumanya okw'obulamu, okumanya okw'omwoyo kuli mu mutima gwe. Engeri omwana omuwere gy'alina okuyigamu amagezi ag'ensi eno okusobola okubeera omuntu ow'omubantu era asobole okw'eyisa ng'abantu, omuntu omulamu, yeetaga okumanya okw'obulamu, okufuuka omuntu yennyini, wadde ng'era abadde mulamu.

Adamu yali abaddeko awo ng'ajjuziddwa okumanya okw'omwoyo kwokka, kwe kugamba ng'ajjuziddwa mazima. Naye, bwe yamala okujeemera Katonda, empuliziganya ye ne Katonda n'esalibwako, era bwatyo n'atandika okufiirwa amagezi ag'omwoyo mpola mpola, era agatali mazima n'egagenda nga gawamba ekifo ky'omumutima gwe.

Okuva kw'olwo, omutima ogwali gujjude amazima gokka, gw'ajjulamu ebitundu bibiri, amazima n'agatali mazima. Okugeza, Adam yalina okwagala mu mutima naye omulabe setaani n'asimba agatali mazima agayitibwa obukyayi mu ye. Era eky'avaamu, kye tulaba mu lubereberye 4 kayini, Adam gwe yazaala ng'amaze okw'onoona, yatta muganda we Aberi olw'obutaagaliza n'efuttwa.

Ebisera bwe byagenda biyitawo, ekitundu ekirala n'ekitandika okukula mu mutima, ogwali gujjudde amazima n'agatali mazima. Ekitundu eky'o kiyitibwa "ekikula ky'omuntu" engeri gye weeyisaamu wagijja ku bazadde bo. Wayongerako by'olaba, by'owulira, n'ebyoyiga wamu n'engeri gy'owulira mu mmeemme yo. Ebyo ebibiri by'ebikola ekitundu kye bayita "ekikula ky'omuntu" mu kugezaako okufuna amazima.

Ekikula ky'omuntu kino bye batera okuyita "akatima" era nga

buli katima k'omuntu k'aba k'anjawulo okusinziira ku bantu b'osisinkana, ebitabo by'osoma n'embeera mw'okuziddwa. Okugeza, Abantu ab'enjawulo bayinza okuba nga batunulira ekintu ky'ekimu, omu n'agamba nti si "kirungi."

N'olwekyo bwe weekenenya omutima gw'omuntu, waliwo ekitundu eky'amazima era nga kino kye kya Katonda, ekitundu ekitali ky'amazima ekyo eky'agabibwa setaani, n'ekikula ky'omuntu okitondebwa okuva mu bitundu bino ebibiri.

Omwoyo Omutukuvu Yeegatta N'ensigo y'obulamu mu mutima.

Bwe tutunulira Adamu, ebitundu bino ebisatu byali bibika ku nsigo ey'obulamu eyali emuweereddwa Katonda mu mutima. Embeera eno y'eyo ng'ekigambo kya Katonda nti "Tolirema kufa" kituukirira nga Adamu amaze okulya ku muti ogw'okumanya obulungi n'obubi. Newankubadde waliwo ensigo ey'obulamu, tewali njawulo n'ebwoba ng'ofudde bw'eba nga tekola.

Okugeza, bw'osiga ensigo mu nnimiro, ensigo zonna tezimera kubanga ezimu ziba zaafa dda. Kyokka ng'ensigo zino bwe ziba ennamu, ziteekwa kumera.

Y'embeera y'emu n'abantu. Singa ensigo ey'obulamu ey'aweebwa Katonda ebeera nfu ddala, teyinza kudda ngulu, era tewali nsonga lwaki Katonda ateekateeka Yesu Kristo ku lw'okulokola abantu oba okukola eggulu oba ggeyeena.

Naye, ensigo ey'obulamu ey'aweebwa omuntu Katonda bwe yamufuuwamu omuka ogw'obulamu tefa. Bw'owulira n'okkiriza enjiri ensigo ey'obulamu edda engulu, ekitundu eky'amazima mu mutima gwo, gye kikoma obunene, n'obwangu bw'okukkiriza okukkiriza enjiri. Buli awulira obubaka bw'omusalaba era n'akkiriza Yesu Kristo afuna Omwoyo Omutukuvu. Mu kiseera kino, ensigo ey'obulamu mu mutima gwo yeegatta wamu n'Omwoyo Omutukuvu.

Obutafaananako n'ekyenva okw'ogerako, abantu abalina 'akatima' akasiriziddwa n'ekyuma ekyokya tebalina kifo njiri weyita, kubanga omutima ogutali gw'amazima gusibyeko n'okunyweza ensigo ey'obulamu mu mitima gyabwe.

Ensigo ey'obulamu ebadde mu mbeera ey'obufu efuna amaanyi n'etandika okukola omulimu gwayo bwe y'egatta n'amaanyi ga Katonda ag'ettendo, Omwoyo Omutukuvu.

Okufuuka Omuntu ow'Omwoyo

Bw'oba ng'ogenze mu kusaba okw'okusinza, n'otegeera ekigambo kya Katonda, era n'osaba, ekisa kya Katonda n'amaanyi Ge amangi g'akukkako era n'egakusobozesa okugoberera ekikula eky'omwoyo omutukuvu.

Okuyita mu nkola eno, omutima gwo n'omwoyo bifuuka kimu ng'omutima gwo gw'eyongera okufuuka ogwa mazima olw'okugugyamu agatali mazima n'ogujjuzaamu amazima. Singa omutima gw'omuntu gujjuzibwa gwonna amagezi ag'omwoyo n'amazima, omutima guno guba gwennyini gufuuka mwoyo ng'omuntu ey'asooka Adamu bwe yali.

Wadde oyinza okuba ng'olabika ng'omwesigwa, obeera okola okusinziira ku kikula kyo bw'otasaba. Omwoyo omutukuvu mu ggwe tasobola kuzaala mwoyo era osigala muntu wa mubiri. Okw'ongereza kw'ekyo, tosobola kugoberera kikkula kya mwoyo mutukuvu bw'otamenyawo birowoozo byo n'endowooza zo ggwe n'ebwoba ng'osaba nnyo oba okumala ekiseera ekiwanvu. N'olwekyo tosobola kukyusibwa okufuuka omuntu ow'omwoyo.

Omwoyo omutukuvu akuyamba okulowooza okusinzira ku mazima agali mu mutima gwo. Kino kitegeeza, otambulira mu kugoberera okwegomba okw'omwoyo omutukuvu, Na bwekityo ne Setaani akola mu ngeri y'emu okukutwala mu kkubo ery'okuzikirira ng'akukema okugoberera endowooza ey'omubiri bwoba ng'okyalina obulimba mu mutima gwo.

N'olwekyo, olina okwegyako endowooza ey'omubiri n'okulowooza nti oli mutukirivu nga bwe kyogera mu 2 Abakkolinso 10:5, *"nga tumenya empaka na buli kintu ekigulumivu ekikulumbazibwa okulwana n'okutegeera kwa Katonda, era nga tujeemula buli kirowoozo okuwulira Kristo."*

Bw'ogondera ekigambo kya Katonda, n'ogamba "weewaawo" era n'ogoberera okwagala kw'omwoyo omutukuvu, omutima gwo gujjula amazima gokka olwo n'ofuuka omuntu ow'omwoyo atuukiridde era etukuziddwa.

Osobola okufuna buli ky'osaba kyonna

Ofuuka kimu ne Mukama bw'osuula eri obulimba bwonna, n'okutula "Okwerowooza nti oli mutukirivu," ng'ozaala omwoyo n'omwoyo omutukuvu, era n'ofuula omutima gwo omuyonjo ng'omutima gwa Mukama wo Yesu Kristo.

Omusajja n'omukazi bafuuka omubiri gumu era ne bazaala omwana olw'okwegatta kw'enkwaso yomusajja n'eggi ly'omukazi. Mu ngeri y'emu, bw'ova ku by'ensi, n'ofuuka omu ne Yesu Kristo omugole wo ng'omukkiriza, ojja kuzaala omwoyo wamu n'omwoyo omutukuvu era ofune omukisa omunene ogw'okubeera omwana wa Katonda.

Nga bwe kyogera mu Baruumi 12:3, waliwo ebigero by'okukkiriza era ofuna okuddibwamu okusinziira ku bigera bino. Mu 1 Yokaana 2:12 n'okweyongerayo, okukula kw'okukkiriza kugerageranyizibwa ku ngeri omuntu gy'akulamu.

Abo abakkiriza Yesu Kristo, ne bafuna omwoyo omutukuvu era ne balokolebwa baba n'okukkiriza ng'okw'abaana abato ennyo (1 Yokaana 2:12). Abo abagezaako okuteeka amazima mu bikolwa balina okukkiriza okw'abaana abato (1 Yokaana 2:13). Bwe beeyongera okukula okuva ku muntendera guno era n'ebateekera ddala amazima mu bikolwa balina okukkiriza kwa bavubuka (1 Yokaana 2:13). Era bwe beeyongera okukulira ddala bafuna okukkiriza okw'aba taata.

Bw'osoma ku Yobu mu ndagaano enkadde, Katonda yamulabanga nga mutukirivu era atalina kya kunenyezebwa naye setaani bwe y'asomooza, Katonda n'amukkiriza okugezesa Yobu. Mukusooka, Yobu yakalambira nti yali mutukirivu. Naye, teyalwa n'azuula obubi bwe era n'eyennenya mu maaso ga Katonda obubi obw'obuzaale bwe bwateekebwa ku kigezo. Yobu okweyita omutuukirivu yakimenyawo era omutima gwe n'egufuuka mutuukirivu ddala mu maaso ga Katonda. Olwo

Katonda lwe Yasobola okumuwa omukisa ogukubisaamu emirundi ebiri okusinga luli.

Mu ngeri y'emu, bw'ofuna ekigero eky'okukkiriza okwa ba taata, nga kuno kwe kukkiriza okusingayo ng'omenyawo okw'emanya nti oli mutuukirivu, era n'ofuuka omu ne Mukama, obeera osobola okufuna emikisa egikulukuta, ng'omwana wa Katonda. Kino Katonda kya kusuubiza mu 1 Yokaana 3:21-22 *"Abaagalwa, omutima bwe gutatusalira kutusinga tuba, n'obugumu eri Katonda era buli kye tusaba akituwa kubanga tukwata ebiragiro bye era tukola ebisiimibwa mu maaso ge."*

Osobola okw'eyagalira mu mikisa ng'omwana wa Katonda.

Mu ngeri eno, ofuuka kimu ne Yesu Kristo okutuuka ne kussa ery'obwomwoyo. Era ofuna n'omukisa ogw'okufuuka ekimu ne Katonda kasita oba nga otuukiriza omutuukirivu bwa Katonda.

Yesu yakusuubiza mu Yokaana 15:7 nti *"Bwe mubeera mu nze n'ebigambo byange bwebibeera mu mmwe, musabenga kye mwagala kyonna munaakikolerwanga."* Era mu Yokaana 17:21, Yatugamba *"bonna babeerenga bumu, nga ggwe, Kitange bwoli mu nze nange mu ggwe. Era n'abo babeerenge mu ffe, ensi ekkirize nga gwe wantuma!"*

Mu ngeri y'emu, bw'oba nga wegase wamu ne mukama ng'ova mu nsi eno efugibwa amaanyi g'omulabe ag'ekizikiza, ofuuka omu ne Kitaawo Katonda. Ku kino, Abaggalatiya 4:4-7 wasoma bwe wati.

Naye okutuukirira kw'ebiro bwe kwatuuka. Katonda n'atuma Omwana we eyazaalibwa omukazi. Eyazaalibwa ng'afugibwa amateeka alyoke abanunule abaafugibwa amateeka, tulyoke tuweebwe okufuuka abaana era kubanga muli baana. Katonda yatuma Omwoyo gw'omwana we mu mitima gyaffe ng'akaaba nti Aba, Kitaffe. Bwe kityo naawe tokyali muddu, naye mwana, oba ng'oli mwana, era oli musika ku bwa Katonda.

Ng'abantu bwe bafuna eby'obusika okuva ku bazadde baabwe, gwe osikira obw'akabaka bwa Katonda bw'ofuuka omwana We ng'okkiriza Yesu Kristo. Kwe kugamba, abaana ba Setaani basikira ggeyeena okuva ewa setaani, n'abaana ba Katonda ne basikira eggulu okuva eri Katonda.

Naye, olina okuba ng'omanyi nti abo abatazaala mwoyo ku lw'Omwoyo Omutukuvu balina okugenda mu ggeyeena kubanga eggulu ttukuvu erijjudde amazima gokka, nti era omwoyo gwo gulina nga gukulaakulana era n'egufuuka gumu ne Katonda, olwo n'ofuna ekitiibwa eky'okubeera okumpi ne Katonda mu ggulu.

N'olwekyo nsuubira ggwe okufuna omukisa ogw'obulamu obutaggwaawo ng'okkiriza Yesu Kristo omugole omusajja era ofuuke omu ne Mukama Yesu ne kitaffe Katonda ng'osuula eri obulimba bwonna era n'okulowooza nti oli mutuukirivu. Mu ngeri eno ekitiibwa kyonna osobola okukiwa Katonda.

Okwatula okw'obulimba tekuleeta bulokozi

Yesu Kristo afuuka omugole wo omutuufu, akukulembera eri ekkubo ery'obulamu obutaggwaawo n'emikisa bwe w'egatta wamu Naye mu kukkiriza. Bw'ofaanana omutima gwa Yesu Kristo omugole omusajja era n'ofuuna okukkiriza okutuukiridde, tokomak u kusikira bwakabaka bwa ggulu kyokka, naye era ojja kwakayakana ng'omusana gw'ayo.

Bwosoma Baibuli obulungi n'obwegendereza w'esanga nti abantu abmu abagamba nti bakkiriza Katonda si balokole. Mu Matayo 25, mulimu olugero lw'abawala embereera ekkumi. Nga 5 ku bawala bano baali bagezigezi abaatereka amafuta gaabwe era n'abalokolebwa wabula abataana abasirusirutebasobola kulokolebwa.

N'abwekityo, Katonda akugamba bulungi nnyo mu Baibuli abo abasobola okulokolebwa n'abatasobola kulokolebwa, wadde nga bonna bagamba nti balina okukkiriza. Olwo nno obeera olina okumanya engeri y'okweyisaamu okusobola okulokolebwa.

Ky'ogera bulungi nnyo mu Matayo 7:21 nti. *"Buli muntu ang'amba nti Mukama wange, Mukam wange, si yali yingira mu bwakabaka obw'omu ggulu, wabula akola Kitange ali mu ggulu byayagala."* Buli lwoyita Yesu 'Mukama, Mukama,' kitegeeza nti okkiriza nti Yesu ye Kristo. Naye, toyinza kulokolebwa olw'okuyita erinnya lya Mukama n'okukugendanga mu kanisa ku sande.

Abakozi b'ebibi Tebasobola Kulokolebwa

Katonda akugamba ku kusala omusango mu Matayo 13:40-42:

> *Kale ng'eng'ano ey'omunsiko bw'ekung'anyizibwa n'eyokebwa mu muliro; bwe kityo bwe kiriba ku nkomerero y'ensi. Omwana w'omuntu alituma bamalayika be, n'abo baliggyamu mu bwakabaka bwe ebintu byonna ebisittaza, n'abo abakola obubi, balibasuula mu kikoomi eky'omuliro mwe muliba okukaaba amaziga n'okuluma obujiji.*

Omulimi bw'akungula, akung'anya eg'ano mu kyaagi naye n'ayokya ebisusunku n'omuliro. Mu ngeri y'emu, Katonda akugamba nti abo abatali beesimbu mu maaso ga Katonda balina okubonerezebwa.

"Ebintu byonna ebisittaza" kitegeeza abo bonna abagamba nti bakkiririza mu Katonda naye n'e bakema ab'oluganda mu kukkiriza era ne babaleetera okuva mu kukkiriza kw'abwe. N'olwekyo, tolirokolebwa singa oleteera abalala okw'esittala, oba okukola obubi.

Olwo obubi kye ki? 1 Yokaana 3:4 wasoma nti *"Buli muntu yenna akola ekibi akola n'obujeemu, era ekibi bwe bujeemu."*

Nga buli nsi bw'erina amateeka gaayo.Waliwo etteeka ery'omwoyo mu bwakabaka bwa Katonda. Etteeka ery'ensi ey'omwoyo kye Kigambo kya Katonda ekiwandiikiddwa mu Baibuli. Buli ajeemera ekigambo kya Katonda asalirwa omusango ng'omuntu yenna amenya amateeka bwasalirwa omusango okusinziira ku mateeka. N'olwekyo okujemera Ekigambo kya Katonda kiba kibi era kwe kwonoona.

Eteeka lya Katonda okusinga ly'awulwaamu emirundi ena "Eby'okukola" "Ebitalina kukolebwa," "Eby'okwekuuma," eby'okweggyako" Olw'okuba Katonda kitangaala, agamba abaana Be okukola ebyo ebituufu, obutakola bikyamu, okutuukiriza obuvunaanyizibwa bwa baana ba Katonda n'okwegyako ebyo byonna Katonda bya kyaawa kubanga ayagala abaana be okutambulira mu kitangaala.

Katonda mu Ekyamateeka olw'okubiri 10:13 atusaba *"okwekuumanga ebiragiro bya Mukama n'amateeka Ge, bwe nkulagira leero olw'obulungi bwo"* ku ludda olumu, ojja kufuna emikisa bw'oteeka ekigambo kya Katonda mu nkola. Ku ludda olulala, ojja kufuna okufa okw'olubeerera olw'obujeemu n'ebibi bw'otatambulira mu Kigambo Kye.

Abaggalatiya 5:19-21 wogeera ku bikolwa eby'omubiri omw'onoonyi:

> *Naye ebikolwa by'omubiri bya lwatu, bye bino, obwenzi, empitambi, obukaba, okusinza ebifaananyi, okuloga, obulabe, okuyomba, obuggya, obusungu, empaka, okw'eyawula, okw'esalamu, ettima, obutamiivu, ebinyumu n'ebiringa ebyo, nsooka okubabuulira kw'ebyo, nga bye nnasooka okubabuulira, nti bali abakola ebiri ng'ebyo tebalisikira bwakabaka bwa Katonda.*

"Obwenzi" kyogera ku buli kika eky'okwegaddanga okwa buli kika, n'obuteekuuma omuli n'okwegatta mu mukwano nga toli mufumbo. "Empitambi" wano kitegeeza ebikolwa ebiccankalamu ebisukka ku kutegeera ku magezi amazaale nga biva bubi.

"Obukaba" kwe kubeera nga buli lunaku ogobelera empisa zo ez'obwenzi n'okutambulira mu bigambo eby'obwenzi saako ebikolwa. Okusinza ebifaananyi, kwe kusinza ebintu ebikoleddwa mu zaabu, ffeeza, ekikomo oba ekintu kyonna oba okwagala ekintu kyonna okukira bwo yagala Katonda.

"Okuloga" kwe kusendasenda omuntu n'obulimba obubi ennyo. "Obulabe" kwe kuba ng'oyayaana okuzikiriza abantu abalala mu bukyaayi nga buno bwe bukontana n'okwagala. "Okuyomba" kitegeeza ekikolwa eky'okufuba okw'enoonyeza ebibyo wekka n'obuyinza, "Obuggya" kwe kukyawa omuntu omulala kubanga owulira muli nti akusingako. "Obusungu" tekitegeeza kunyiga kwokka, naye n'okuleeta obulabe ku balala olw'obusungu obungi.

"Empaka" kitegeeza okukola akabiina ak'enjawulo oba ettabi era n'okugoberera ebikolwa bya setaani kubanga tokiriziganya n'abalala "Okweyawula" kwe kukola ekibiina n'eweyawula ng'ogoberera endowooza zo, so si ebirowoozo bya mwoyo omutukuvu. "Okwesalamu" kitegeeza obutakkiririza mu busatu. N'emu Yesu eyajja ng'omuntu. N'ayiwa omusaayi Gwe okununula abantu era n'afuuka Kristo. "Ettima" kwe kwonoona oba okukola ebikolwa eby'obulabe eri omuntu olw'obugya, "obutamiivu" kye kikolwa eky'okunywa omwenge, "n'ebinyumu" tekitegeeza kutamiira kwokka, naye omuntu okukola kyayagala kyonna, n'obuteekomako, saako okulema okutuukiriza obuvunaanyizibwa bwo obulungi ng'omufumbo oba omuzadde.

Okwongera kw'ebyo, "n'ebiringa ebyo" kitegeeza nti waliwo ebikolwa bingi ebibi eby'efaananyirizaako bino, era abo abakola ebikolwa bino tebalirokolebwa.

Ebibi ebiviirako omuntu okufa n'ebyo ebitatwala muntu mu kufa

Mu nsi eno, "ekibi" kitwalibwa okuba "ekibi" singa ebiba biva mu kikolwa ekyo by'eraga lwatu, oba bireetawo obuvune obulabika eri oyo gw'ekikoleddwako, era nga kuliko obujjulizi obw'enkukunala. Naye, Katonda, nga Ye kitangaala, atugamba nti si bikolwa bibi byokka naye na buli kizikiza kyonna ekikontana n'ekitangaala kiba kibi.

Wadde biba tebiteereddwawo awo kulabibwa, oba nga tebiriiko bujjulizi, buli kwegomba kwonna okubi mu mitima gwo ng'obukyayi, ettima, obugya, obukaba, okusalira abalala emisango, okunenya abalala, obutaba n'amutima mu ggwe, obutaba mwesimbu. Bujeemu era nga biba bibi.

Eyo y'ensonga lwaki Katonda atugamba, *"buli muntu atunuulira omukazi okumwegomba ng'amaze okumwendako mu mutima gwe"* (Matayo 5:28) ne *"Buli muntu yenna akyawa muganda we, ye mussi."* (1 Yokaana 3:15) okwongerako, mu Baruumi 14:23 wagamba, *"Na buli ekitava mu kukkiriza kiba kibi,"* ate mu Yakobo 4:17 wasoma nti: *"Kale amanya okukola obulungi n'atakola, kye kibi eri oyo."* N'olwekyo, ateekwa okukitegeera nti kiba kibi n'akumenya mateeka obutakola ebyo

Katonda byayagala era byalagira.

Naye abaffe, abantu bonna banaafa bwe bakola ebibi bino? Olina okukitegeera nti kuba kutambulira mu kukkiriza omuntu eyali alimba asaba era n'agazaako okufuuka omuntu ow'amazima. Newankubadde nga tebannaba kusuula eri obulimba bwonna mu mitima gyabwe olw'okukkiriza kwabwe okunafu, si kituufu nti tebalirokolebwa olw'ekibi kino.

1 Yokaana 5:16-17 watugamba, *"Omuntu yenna bw'alabanga muganda we ng'akola ekibi ekitali kya kufa, anaasabanga ne Katonda anaamuweeranga obulamu abo abakola ekibi ekitali kya kufa. Waliwo ekibi eky'okufa; ekyo si kye njogerako okukyegayiriranga. Buli ekitali kya butuukirivu kibi: era waliwo ekitali kya kufa."*

Ebibi okutwaliza awamu byawulamu emitendera ebiri. Ebyo ebireeta omuntu okufa n'ebirala ebitareeta kufa, Abo abakola ebibi ebitaleeta kufa basobola okulokolebwa bw'obazaamu amaanyi, n'obasabira, era n'obayamba okwenenya ebibi byabwe. Kyoka nga'te, omuntu bwakola

Ebibi ebireeta okufa, tasobola kulokolebwa n'ebw'omusabira.

Abantu abatwalibwa okuba abesigwa olumu balimba olw'okwefunira ebyabwe, oba n'ebakola ebintu bingi eby'obulimba wadde ng'ebibi bino tebikosa bantu balala. Mutandika okukkiriza nti muli b'onoonyi bwe mutegeera amazima newankubadde nga mwalowoozanga nti mwali mu bulamu obutuukirivu nga temunnaba kukkiriza Katonda. Katonda takulaga bibi birabika byokka, naye n'ebirowoozo ebibi mu mutima gwo, era nga byonna bibi.

Ebikolwa byonna ebibi kuba kwonoona era empeera y'ekibi kufa. Naye, Yesu Kristo asonyiye ebibi byamwe byonna bye mwakola edda, bye mukola Kati n'emukiseera ekirijja. Ng'ayiwa omusaayi Gwe ku musaalaba. Waliwo ebibi ebisobola okusonyiyibwa n'amaanyi g'omusaaayi gwa Yesu bwe w'enenya era n'obiviirako ddala. Ebyo bye bibi ebitaleeta muntu kufa.

Bw'oteenenya naye n'eweyongera bw'eyongezi na kwonoona, akatima ko kajja kugumizibwa, olunaavaamu, nga tokyasobola kufuna mwoyo gwa Kwenenya bw'okola ekibi ekiviirako okufa. Ekitegeeza nti ebibi byo tebisobola kusonyiyibwa n'ebwogezaako okwenenya.

Kati katutunuulire ebika by'ebibi ebisatu ebivaamu okufa: Okuvvoola omwoyo omutukuvu, okuteeka omwana wa Katonda eri okuwasala mu lujjudde entakera, n'okusigala ng'oyonoona mu bugenderevu.

Okuvvoola Omwoyo Omutukuvu

Waliwo ebintu bisatu mu kuvvoola Omwoyo Omutukuvu. Ovvoola Omwoyo Omutukuvu bw'oyogera obubi ku Mwoyo Omutukuvu, bw'owakanya emirimu gy'Omwoyo Omutukuvu oba Bw'oswaza Omwoyo Omutukuvu.

Kyenva mbagamba nti Abantu balisonyiyibwa buli kibi, n'ekyokuvvoola, naye okuvvoola Omwoyo tekulisonyiyika. Buli muntu alivvoola Omwana w'omuntu alisonyiyibwa naye buli muntu alivvoola Omwoyo Omutukuvu tali sonyiyibwanewankubadde mu mirembe egya kaakano newankubadde mu mirembe egigenda okujja (Matayo 12:31-32).

Na buli muntu ayogera ekigambo ku Mwana w'Omuntu kiri musonyiyibwa, Naye oyo avvoola Omwoyo omutukuvu talisonyiyibwa (Lukka 12:10).

Ekisooka, "Okwogera ku balala obubi" Kwe kubakonjera oba okuboogerako ebitatuuse n'okulemesa emirimu gyabwe. "Okwogera obubi ku mwoyo omutukuvu." Kwe kugezaako okulemesa okutuukiriza Obwakabaka bwa Katonda ng'oyingirira emirimu gy'Omwoyo Omutukuvu okusinziira ku kwagala n'endowooza z'omuntu zo. Eky'okulabirako, kuba kwogera bubi ku Mwoyo Omutukuvu. Bw'owakanya eby'amagero bya Katonda, kubanga tebikwatagana na ndowooza yo, wadde ng'abyamagero ebituukiriziddwa Omwoyo Omutukuvu.

Bw'onenya omuweereza wa Katonda nti tasomesa bya Kristo, Naye nga mubutuufu si kituufu, era n'olemesa n'ebyamagero by'Omwoyo Omutuku, kiba kibi kinene nnyo mu maaso ga Katonda era tekisonyiyibwa, N'olwekyo oteekwa okuba ng'osobola okwawula emyoyo okusinziira ku mazima.

Kituufu gwe okulabula abantu n'amaanyi era tolina kukkiriza mize gyabwe bwe baba ng'abagezaako okufunyisa abalala emyoyo emibi oba ddala nga bayigiriza enjigiriza etakiririza mu Kristo, mu maaso ga Katonda. Tito 3:10 wasoma, *"Omuntu omukyamu, bwomalanga okumubuulira ogw'olubereberye, omugaananga ng'omanya ng'ali ng'oyo aky'amizibwa era ayonoona nga yeesalira yekka omusango."*

Ennaku zino, abantu bangi boogera ku kanisa ezimu nti tezikiririza mu Kristo, oba n'ebaziyiganya mu ngeri ezitali zimu, kyokka ng'ekanisa zino zikiririza mu busatu obwa Katonda era nga zibeeramu nnyo eby'amagero by'Omwoyo Omutukuvu, olw'okuba abantu abo baba tebasola kwawula wakati mu myoyo. Wadde nga bagamba nti bakkiririza mu Katonda, baba tebalina kumanya kumala okwa Baibuli kye kwogera kunjigiriza enkyamu etali ya Kristo. Olumu baba tebasobola kunyonyola mu kye kitegeeza enjigiriza okuba enkyamu.

Ku nsonga y'okuba nti abantu bayiganya abalala olw'obutaba n'akumanya kumala, bwe beenenya era n'abatakiddamu basobola okusonyiyibwa. Naye bwe basumbuwa emirimu gya Katonda n'ekigendererwa ekikyamu, saako obugya, ate nga bakimanyi bulungi nti mirimu gya mwoyo mutukuvu, tebali sonyiyibwa.

Oyinza okusanga eky'okulabirako ku kino mu Baibulu. Mu Makko 3, Yesu bwe yakola eby'amagero n'eby'ewuunyo abo abamukwatirwa obugya basasaanya olugambo nti yali mulalu. Olugambo luno lw'asaasana nnyo nti n'abenju Ye abaali babeera ewala lw'abatuuka era n'ebajja bamuggye mu bantú.

Abasomesa b'amateeka n'abafalisaayo baavumirira Yesu nga bagamba, *"...alina beeruzebuli, era nti agoba dayimooni ku bwa mukulu wa badayimooni."* (Makko 3:22) Baali bamanyi bulungi ekigambo kya Katonda. Baali bamanyi bulungi amateeka era nga bagasomesa n'a bantu naye era nga bakyawakanya emirimu gya Katonda olw'obugya n'ettima.

Eky'okubiri, "Okuwakanya eby'o ebikolebwa Omwoyo

omutukuvu" kwe kunyooma eddoboozi ery'Omwoyo Omutukuvu Katonda lyasindise, oba okupimapima n'okuvumirira emirimu gy'Omwoyo Omutukuvu n'okugezaako okulumya abantu abalala.

Okugeza, kwogera obubi ku Mwoyo Omutukuvu ng'osaasaanya olugambo oba okugingirira ebiwandiiko, oba okuvumirira omusumba oba ekanisa nti "eyigiriza bikyamu" ng'ate eby'amagero eby'Omwoyo Omutukuvu bikolebwayo okusobola gwe okutawaanya enkung'ana ez'okubuulira enjiri oba abantu w'ebakung'anira.

Kati olwo, ebigambo bino nti "Na buli muntu ayogera ekigambo ku Mwana w'Omuntu kiri musonyiyibwa" bitegeeza ki? Mu lunyiriri luno, "Omwana w'Omuntu" boogera ku Yesu ey'ajja ng'omuntu nga tanaba kukomererwa ku musaalaba.

Okwogera obubi ku mwana w'Omuntu kitegeeza okujeemera Yesu, n'okumutwala saako okumwogerako ng'omuntu w'abulijjo kubanga yajja mu mubiri. Okulemwa okutwala Yesu ng'Omulokozi kiva ku butamanya. Olw'ensonga eno, ojja kusonyiyibwa era olokolebwe bwe weenenyeza ddala era n'okkiriza Mukama.

N'olwekyo, bw'ozza ekibi nga kino nga tomanyi mazima oba nga tonnafuna Mwoyo Mutukuvu. Katonda akuwa omukisa ogw'okwenenya era n'osonyiyibwa buli lw'okikola.

Naye, bw'ojeemera n'owakanya Mukama nga omanyidde ddala Yesu Kristo kyali, olina okukimanya nti tolisonyiyibwa kubanga kye kimu ng'okwogera obubi ku Mwoyo omutuukuvu n' okuwakanya emirimu gy'Omwoyo Omutukuvu.

Eky'okusatu, okuvvoola era kitegeeza obutasaamu kitiibwa bintu biva eri Katonda, Okkuvvoola Omwoyo Omutukuvu era kitegeeza obutasaamu Mwoyo Mutukuvu kitiibwa, Omwoyo gwa Katonda, era obukulu bwa Katonda. Kiba kibi okunyooma amaanyi ga Katonda ag'ataggwawo era n'obukulu Bwe bw'oyogera obubi ku mirimu gy'Omwoyo Omutukuvu, ng'ogamba nti mirimu gya Setaani, oba bwokalambira nti ekintu kikoleddwa maanyi ag'Omwoyo. Omutukuvu ate nga si bwekiri. N'okubuulira amazima ng'obulimba, okulangirira ekitali kituufu ng'ekituufu, n'okuvumirira ekituufu nti si kituufu byonna ebyo "kuvvoola mwoyo mutukuvu."

Edda, omuntu bwe baamukwatanga ng'asamwasamwa n'ebigambo oba ng'aliko kyakola ekuvvoola kabaka, ky'atwalibwanga okulya olukwe mu nsi era ng'omuntu oyo attibwa.

Bwovvoola obukulu bwa Katonda Omuyinza wa byonna, era Atayinza kugerageranyizibwa ku kabaka yenna mu nsi eno, toyinza kusonyiyibwa.

Olaba ne Yesu, nga ye yennyini yali Katonda, n'ajja mu nsi eno mu mubiri, teyalina gwe yasalira muntu n'omu musango. Bwoba ng'ovumirira aboluganda mu Yesu ate n'oyongerako obutawa mirimu gikoleddwa Omwoyo Omutukuvu kitiibwa, ekyo ekibi nga kinaaba kinene nnyo! Bwoba nga Katonda omuwa Ekitiibwa Kye, tosobola kuwakanya, kuvumirira, oba butawa kitiibwa Omwoyo Omutukuvu.

N'olwekyo, olina okutegeera nti ebibi bino tebiyinza

kusonyiyibwa oba mu mirembe gino oba egigenda okujja era nga tolina kubikola. Newankubadde ng'obadde wakolako ebibi bino olina okunoonya ekisa kya Katonda era weenenye n'omutima gwo gwonna.

Okukwasa omwana wa Katonda ensonyi mu lujjudde.

Kikutwala mu kufa okukomerera Omwana wa Katonda buto era n'omuswazaswaza mu lujjudde nga bwe kinyonyolwa mu Abaebbulaniya 6.

Kubanga abo abamala okwakirwa ne balega ku kirabo eky'omu ggulu ne bafuuka abassa ekimu mu Mwoyo Omutukuvu, ne balega ku kigambo ekirungi ekya Katonda ne ku maanyi ag'emirembe egigenda okujja ne bagwa okubivaamu, tekiyinzika bo okubazza obugya olw'okwenenya, nga beekomerera bokka omulundi ogw'okubiri omwana wa Katonda ne bamukwasa ensonyi mu lwatu (Abaebbulaniya 6:4-6).

Abantu abamu bava mu kanisa era n'ebaleka Katonda olw'okukemebwa okw'ensi eno era ne balyoka bagwa mu kusonyiwaza ennyo Katonda newankubaddde ng'abafuna Omwoyo Omutukuvu era nga bamanyi nti eggulu ne ggyeena gye biri era nga bakkiriza mu kigambo eky'amazima. Bano tugamba nti bakola ekibi eky'okukomerera Omwana wa Katonda omulundi omulala N'okumusonyiwaza ennyo mu lujjudde. Omuntu ow'ekika kino, aba takomye kukukola ebibi bingi, ebifugibwa setaani, naye n'okwegaana Katonda n'amuyiganya era n'aswaza ekanisa n'abakkiriza.

Baamala dda okuwaayo akatima kaabwe eri setaani, n'olwekyo emitima gyabwe gijjude enzikiza.

N'olwekyo, bajja kuba nga tebaagala wadde okwenenya n'akamu era nga n'omwoyo ogw'okwenenya tayinza kubaggira. Tebalina mukisa gwonna gwa kwenenya era n'olwekyo tebayinza kusonyiyibwa.

Yuda esikaliryoti yakola ekibi kino. Yali omu ku bayigirizwa ba Yesu ekkumi

N'ababiri. Yalaba obubonero bungi n'ebyamagero, naye yaluvuwala era natunda Yesu ebitundu bya ffeeza asatu. Oluvanyuma, emmeeme yajjirwa ennyiika era n'eyejjusa nnyo, naye omwoyo ogw'okwenenya tegwakka ku Yuda. Ekibi kye kyali tekisobola kusonyiyibwa, Oluvanyuma Yeetugga kubanga yatulugunyizibwa nnyo omusango gwe yakola (Matayo 27:30-35).

Okusigala ng'oyonoona mu bugenderevu

Ekibi ekisembayo ekitwala omuntu mu kufa kye ky'okusigala ng'ayonoona mu bugenderevu ng'omaze okumanya amazima.

Kuba bwe tugenderera okwonoona nga tumaze okuweebwa okutegeera amazima, tewasigaddeeyo nate ssaddaaka olw'ebibi. Wabula okulindirira n'obuti omusango, n'obukambwe obw'omuliro ogugenda

okwokya abalabe (Abaebbualaniya 10:26-27).

"Okusigala ng'oyonoona mu bugenderevu, ng'omaze okutegeera amazima" kitegeeza okuddamu okukola ebibi Katonda byatasonyiwa. Era kitegeeza okweyongerayo n'okwonoona, kyokka ng'okimanyidde ddala nti ky'okola kibi nga *"Embwa eddira ebisesemye by'ayo,"* era *"N'embizi enaazibwa edidde okw'ekulukuunya mu bitosi."* (2 Peetero 2:22).

Ku ludda olumu, Dawudi eyaygala ennyo Katonda, bwe yakola obwenzi. Bwazaala ebibi bingi era n'ebumuleetera n'okutemula omu ku baserikale be ab'esigwa. Naye Nnabbi Nassani bwe yayogera ku kibi kye, kabaka Dawudi yeenenyezaawo.

Ku ludda olulala, Kabaka Saulo yasigala ng'ayonoona wadde nga nnabbi Samwiri yali amulazi ensobi ze. Daudi yeenenya era n'afuna emikisa gya Katonda, kyokka ye Saulo yalekebwa kubanga teyeenenya era n'agenda mu maaso ng'ayonoona.

Okwongereza kw'ebyo, Bbalamu yali nnabbi eyalina obuyinza okugaba omukisa n'okukolima, naye bwe yekiliranya n'ensi eno okufuna obuggagga n'etutumu, obulamu bwe bwakomekereza bubi.

Ku ludda olumu, Omwoyo Omutukuvu mu mitima gy'abo abakola ebibi mu bugenderevu agenda asebengerera kubanga Katonda abakweka amaaso Ge. Awo ne bafiirwa okukkiriza kwabwe ne bajeema n'okukola ebikolwa ebibi ng'abafugibwa setaani. Oluvanyuma Omwoyo Omutukuvu mu bbo abulira ddala, era tebayinza kulokolebwa kubanga tebayinza kwenenya era amannya gaabwe galisangulibwa mu kitabo eky'obulamu (Okubikkulirwa 3:5).

Ku ludda olulala, waliwo abantu abasigla nga bakola ebibi kubanga bamanyi Katonda naye nga tebamukkiriza mu mitima gyabwe. Ebibi byabwe bisobola okusonyiyibwa era basobola okulokolebwa bwe beeneyeza ddala n'omutima gw'abwe gwonna era ne bafuna okukkiriza okutuufu.

N'olw'ekyo olina okumanya nti tojja kulokolebwa bw'okola ebibi mu bugenderevu ng'okola ebikolwa eby'ekikula eky'obwonoonefu newankubadde ng'olmu w'abitangazibwako, era n'okkiriza nti waliyo eggulu ne ggeyeena era n'olega n'eku kisa kya Katonda ekingi.

Era nina essuubi nti ojja kutegeerera ddala nti ebibi byonna bimenya mateeka era bya kizikiza era Katonda abikyawa newankubaddde ng'ebimu tebitwala muntu mu kufa. Nkwegayiridde beera omukkiriza ow'amagezi atakkiriza oba atakola kika kya kibi kyonna.

Omubiri n'omusaayi gw'Omwana w'Omuntu

Okusobola okuba omulamu obulungi, olina okulya emmere eyeetagisa, n'ebyokunywa. Mu ngeri y'emu okusobola okukuuma omwoyo gwo okuba omulamu n'okufuna obulamu obutagwaawo, olina okulya omubiri n'okunywa omusaayi gw'Omwana w'Omuntu.

Kati, ogenda kuyiga omubiri n'omusaayi gw'Omwana w'Omuntu kye bitegeeza, era lwaki olina okulya omubiri n'okunywa omusaayi gwe okufuna obulamu obutaggwaawo, okusinziira ku kyawandiikibwa ekiri mu Yokaana 6:53-55.

Awo Yesu n'abagamba nti "ddala ddala mbagamba nti Bwe mutalya mubiri gwa mwana wa muntu n'emunywa omusaayi gwe, temulina bulamu mu mmwe, Alya omubiri gwange, era anywa omusaayi gwange alina obulamu obutaggwaawo nange ndimuzuukiriza ku lunaku olw'enkomerero kubanga omubiri gwange kye kyokulya ddala, n'omusaayi gwange kye kyokunywa ddala."

Omubiri gw'Omwana w'omuntu kye ki?

Yesu akugamba mu Baibuli ku byama by'eggulu n'okwagala kwa Katonda okuyita mu ngero nyingi. Abantu ababeera mu nsi eno erina emitendera esatu, kizibu nnyo okutegeera n'okuzuula okwagala kwa Katonda, oyo abeera mu nsi ey'emitendera ena, era ey'waggulu. N'olwekyo, Yesu yagerageranya ebintu eby'eggulu ku bintu ebitalina bulamu, ebimera, ensolo, n'obulamu mu nsi eno okutuyamba okutegeera obulungi okwagala kwa Katonda.

Y'ensogna lwaki Yesu omwana wa Katonda omu yekka agerageranyizibwa ku lwazi n'emunyeenye, ebitalina mutendera gw'onna, n'addizibwa ku muddo ogulanda nga guno gwa mutendera gumu, wuuyo ku ndiga ey'emitendera ebiri ne ku Mwana w'Omuntu ng'ono wa mitendera esatu.

Yesu Y'ayitibwa Omwana w'Omuntu, n'olwekyo omubiri

gw'Omwana w'Omuntu gwe mubiri gwa Yesu. Yokaana 1:1 watugamba nti, *"Ku lubereberye waliwo Kigambo, Kigambo n'aba awali Katonda, Kigamba n'aba Katonda."* Yokaana 1:14 walaga nti *"Kigambo n'afuuka omubiri, n'abeerako gye tuli, ne tulaba ekitiibwa Kye, ekitiibwa ng'ekyoyo ey'azaalibwa omu Kitaffe ng'ajjudde ekisa n'amazima."* Yesu ye yajja mu nsi eno mu mubiri ng'ekigambo kya Katonda. N'olwekyo omubiri gw'Omwana w'Omuntu ky'ekigambo kya Katonda, nga kyo kye nnyini ge mazima era okulya omubiri gw'Omwana w'Omuntu kwe kuyiga ekigambo kya Katonda mu Baibuli.

Engeri y'okulyamu omubiri gw'Omwana w'Omuntu.

Mu Okuva 12:5 n'enyiriri eziddako Yesu bamwogerako nga "endiga":

> *Omwana gw'endiga gwammwe tegulibaako bulema, omusajja ogwakamala omwaka muliguggya mu ndiga oba mbuzi muligutereka okutuusa olunaku olw'ekkumi n'ennya olw'omwezi guno; ekkung'aaniro lyonna ery'ekibiina kya Isiraeri baligutta lwaggulo. Era balitwala ku musaayi, baguteeke ku mifuubeeto gyombi ne ku kabuno mu nnyumba mwe.*

Okutwaliza awamu, abakkiriza bangi balowooza nti endiga kitegeeza abakkiriza abaakalokoka, naye bwe weekenneenya

Baibuli n'obwegendereza, endiga kabonero ka Yesu.

Yokaana omubatiza, bwe yalaba Yesu ng'ajja gyali, n'agamba mu Yokaana 1:29, *"Laba, omwana gw'endigagwa Katonda aggyawo ebibi by'ensi!"* 1 Peetero 1:19 yayogera ku mukama nga, *"Omwana gw'endiga ogutaliiko bulema newakubadde abbala."* Ng'ogyeko ebyo, n'ebyawandiikibwa bingi ebirala bingi byogera ku Yesu nt mwana gwa ndiga.

Lwaki Baibuli eyogera ku Yesu ng'omwana gw'endiga? Endiga kye kisolo ekisinga obukakkamu n'obugonvu mu nsolo zonna. Etegeera mangu eddoboozi ly'omusumba era n'emugondera. Tewali muntu mulala yenna ayinza okuguumaza endiga wadde ng'abantu beefaananyirizza eddoboozi ly'omusumba waayo, egibwako ebyoya ebirungi ate ebigonvu, agibwamu amata, ennyama, n'ebitundu byonna ku mubiri gwayo abantu babikozesa.

Ng'endiga bwe yeefiiriza buli kimu n'ekiwa omuntu, Yesu naye yagondera okwagala kwa Katonda mu bujjuvu n'awaayo buli kimu ku lwaffe.

Yesu yajja mu nsi eno mu mubiri newankubadde ng'ekikula Kye Katonda, n'abuulira enjiri ey'eggulu, n'awonya endwadde nyingi n'obunafu era yakomererwa. Yesu yawaayo byonna okukununula mu bibi byo.

Yesu agerageranyizibwa ku ndiga kubanga empisa n'ebikolwa bye bifaananira ddala eby'endiga enjovu enzikakkamu, era okulya omwana gw'endiga kabonero akalaga okulya omubiri gwa Yesu, kwe kugamba omubiri gw'Omwana w'Omuntu.

Olwo nno, oyinzi kulya otya omubiri gw'Omwana

w'Omuntu? Ka tulabeko mu Okuva 12:9-10 awagaba ebiragiro bino:

Temugiryangako mbisi newankubadde enfumbe n'amazzi wabula enjokye n'omuliro, omutwe gwayo n'ebigere byayo n'ebyomunda byayo Nammwe temugirekangawo okutuusa enkya; muli gyokya n'omuliro.

Ekisooka, tolyanga Kigambo kya Katonda nga kibisi.

Kitegeeza ki okulya ennyama y'Omwana w'Omuntu nga "mbisi?"

Okutwaliza awamu si kirungi kulya nnyama mbisi. Bw'olya ennyama embisi, oyinza okufuna obuwuka n'olwala. Mu ngeri y'emu, Katonda akugamba obutalya Kigambo kya Katonda nga kibisi kubanga kiba kya bulabe.

Ekigambo kya Katonda kiwandiikibwa olw'okulung'amizibwa Omwoyo Omutukuvu, n'olwekyo olina okukisoma era okifuule emmere yo ng'olung'amizibwa Omwoyo Omutukuvu.

Naye bw'ovunula Ekigambo kya Katonda nga bw'okisomye kiba ki? Obeera tojja kutegeera kigendererwa kya Katonda ekiri mu kigambo ekyo. N'olwekyo okulya "Ekigambo kya Katonda nga kibisi." Kitegeeza okuvvunula Baibuli nga bwe wandiikiddwa.

Nga Yokaana 1:1 bwe wgamba *"Kigambo yali Katonda,"* Baibuli y'erimu omutima gwa Katonda n'okwagala Kwe era ebintu byonna bituukirizibwa okusinziira ku Kigambo kino.

Ekigambo kya Katonda kitugamba engeri gye tuyinza okugenda mu ggulu. Olina okutegeera ekigambo kya Katonda mu bujjuvu okusobola okufuna obulamu obutaggwaawo. Kino tekituukira ku muntu ow'omubiri kubanga tasobola kulaba oba okutegeera eby'ensi ey'Omwoyo.

Kiringa ekiwuka bwe kitamanya nti eriyo obwengula nga kikyali mu ttaka wansi nga nga tekinayalulwa. Oba enkoko bw'etamanya biri ku nsi ng'ekyali mu ggi. Oba kiringa omwana bwataba n'akyamanyi ku biri ku nsi bw'aba ng'akyali mu lubuto lwa nnyina.

Mu ngeri y'emu, bwo ba ng'okyali mu nsi ey'omubiri, tolina ky'omanyi ku nsi ey'Omwoyo.

Katonda akugamba nti eriyo ensi endala esukulumye kw'eno ey'emitendera esatu. Nga akakoko akatannayalulwa bwe kalian okwasa ekisosonkole kye ggi, naawe bw'otyo bw'olina okumenya endowooza zo ez'omubiri gwe okusobola okutegeera n'okuyingira mu nsi ey'Omwoyo.

Eky'okulabirako Matayo 6:6 wasoma, *"Naye ggwe bw'osabanga, yingira mu kisenge munda, omalenga okuggalawo oluggi, olyoke osabe kitaawo ali mu kyama."* Bw'oba wakuvvunula lunyiriri luno nga bwe luwandiikiddwa, oba olina buli ssaawa okusabira mu kisenge kyo, Naye nga tolina w'osanga ba jjajjaffe ab'okukkiriza ng'abasabira mu bisenge ate mu kyama.

Yesu teyasabirako mu kisenge kye, naye yasabiranga ku nsozi era eyo Gye yamalanga ekiro kyonna, (Lukka 6:12) oba mu bifo eby'essudde abantu ku makya ennyo (Makko 1:35).

Okwongeraza kw'ebyo, Daniel yasabanga emirundi esatu

olunaku ng'amaddirisa maggule ng'ayolekedde Yerusaleemi (Danyeri 6:10) n'omutume Peetero y'asabiranga waggulu ku nju (Ebikolwa by'abatume 10:9).

Olwo, kitegeeza ki Yesu bwe yagamba, "Naye ggwe bw'osabanga, yingira mu kisenge munda, omalenga okuggalawo oluggi, olyoke osabe kitaawo ali mu kyama?"

Wano, "ekisenge" mu by'Omwoyo baba bategeeza omutima gw'omuntu. N'olwekyo okuyingira mu nyumba munda kitegeeza okuyita ku birowoozo era n'oyingira mu mutima gwo munda, nga bw'nooyita mu ddiiro oba mu kisenge n'eweeyongerayo mu kisenge eky'omunda. Olwo lwokka, lw'osobola okusaba n'omutima gwo gwonna.

Bw'oyingira mu kisenge eky'omunda, oba weeyawudde ku bye bweru. Mu ngeri y'emu, bw'osaba olina okuziyiza ebirowoozo byonna ebitayamba, bye weerarikirira, n'osaba n'omutima gwo gwonna.

N'olwekyo tolina kulya mubiri gwa mwana w'Omuntu nga mubisi. Tolina kuvvunula Kigambo kya Katonda nga bw'okisoma, kyentegeeza, Olina okuvvunula ekigambo kya Katonda mu ngeri ey'Omwoyo ng'olung'amizibwa Omwoyo Omutukuvu.

Eky'okubiri, tolya kigambo kya Katonda nga kifumbiddwa mu mazzi.

Ekya "Temulyanga nyama ng'efumbiddwa n'amazzi" Kitegeeza ki? Kitegeeza nti tetulina kugatta kintu kyonna ku Kigambo kya Katonda naye tukirye kyokka.

Si kituufu okubuulira ekigambo kya Katonda ng'okigattamu

eby'obufuzi, emboozi abantu z'ebatera okunyumya, ebintu oba abantu ab'ebyafaayo abantu be beegomba.

Katonda, ey'atonda eggulu n'ensi era nga Yafuga obulamu n'okufa kw'abantu, emikisa n'ebikolimo, Yayinza byonna era talina kye kyatalina.

1 Abakkolinso 1:25 wagamba, *"Kubanga obusirusiru bwa Katonda businga abantu amagezi n'obunafu bwa Katonda businga abantu amaanyi."* Kino ky'awandiikibwa kikuyambe okutegeera nti n'omugezi asingayo tasobola kugerageranyizibwa ne Katonda.

Toyinza kubuulira buli kimu ekiri mu Baibuli mu bulamu bwo bwonna. Kati olwo, oyinza otya okugatta ebigambo bya bantu n'ebigambo bya Katonda ng'obuulira?

Ebigambo bya bantu bikyukakyuka buli kiseera bwe kiyitawo, n'ewankubadde ng'ebimu birimu ku mazima, byayogerebwa dda mu Baibuli, era byayogerebwa mu magezi ga Katonda.

N'olwekyo ky'olina okusooka okussaako essira kirina kuba Kigambo kya Katonda ekitalinaako kamogo mu kusomesa Baibuli. Si gamba nti tolina kuwa byakulabirako oba engero, osobola okuwa eby'okulabirako oba engero, abantu okusobola okutegeera, Ekigambo kya Katonda n'ebyama Bye eby'omwoyo mu ngeri enyangu.

Olina okukimanya nti Ekigambo kya Katonda kyokka kye ky'olubeerera era ekituukiridde, era amazima agatuukiridde, ekikutuusa mu bulamu obutaggwawo. Nolwekyo tolina kulya Kigambo Kye nga kifumbiddwa n'amazzi.

Eky'okusatu Iya Ekigambo kya Katonda eky'okeddwa n'omuliro.

Kitegeeza ki "Okugyookya ku muliro omutwe, amagulu n'ebyomunda?" Kitegeeza nti olina okufuula ekigambo kya Katonda, enyama y'Omwana w'Omuntu, emmere yo ey'Omwoyo mu bulamba bwayo nga toleseeyo kintu kyonna bweru.

Eky'okugeza, abantu abamu babusabuusa nti ddala Musa teyayawula nnyanja Myufu, Abantu abamu tebageza nako kusoma kitabo ky'abaleevi kubanga ssaddaaka ez'omu ndagaano enkadde nzibu okutegeera. Abantu abalala bagamba nti eby'amagero Yesu bye yakola bizibu okukkiriza era n'ebalowooza nti eby'amagero ebyo byali bisobola kukolebwa emyaka 2000 emabega. Balekayo bintu bingi ebitasobola kuggya mu ndowooza z'abantu era ne bagyamu ebyo byokka eby'okuyiga.

Ebafanayo kulowooza ku bigambo nga "Yagala omulabe wo" oba "weewale buli kika kya bubi" kubanga ebigambo ebyo bibabeerera ng'ebizibu okogondera, Olwo banaasobola okulokoka.

N'olwekyo, tolina kugya mu Baibuli ebyo byokka by'oyagala ng'abantu abasirusiru. Olina okulya ebigambo byonna ebisangibwa mu Baibuli mubulambalamba bwabyo, ng'abyokeddwa ku muliro, okuviira ddala ku lubereberye okutuuka ku kubikkulirwa.

Kati olwo, kitegeeza ki okulya ekigambo kya Katonda "eky'okeddwa n'omuliro?" Wano omuliro kitegeeza omuliro

ogw'Omwoyo Omutukuvu. Olina okujjuzibwa n'okulung'amizibwa Omwoyo Omutukuvu bw'oba osoma n'okuwuliriza ekigambo kya Katonda kubanga ky'awandikiibwa okuyita mu kulung'amizibwa okw'Omwoyo Omutukuvu. Ekitali ekyo, biba bigambo bugambo nga si mmere ya Mwoyo.
Okusobola okulya ekigambo kya Katonda eky'okeddwa omuliro, olina okusaba ennyo. Okusaba kukola ng'amafuta agakusobozesa okujjula Omwoyo Omutukuvu. Bw'olya ekigambo kya Katonda ng'olung'amizibwa Omwoyo Omutukuvu, kiba kiwoomerera okusinga omubisi gw'enjuki.
Toyinza n'akukikoowa wadde okubuulira n'ebwekuba kuwanvu, kubanga kirungi nnyo era obeera oyagala okuwuliriza Ekigambo kya Katonda nga bw'olaba eng'abi erina enyonta enoonya omugga awali amazzi.
Eno y'engeri y'okulyamu ekigambo kya Katonda eky'okeddwa omuliro. Mu ngeri eno yokka mw'oyinza okutegeerera ekigambo kya Katonda, kifuule ennyama yo ey'Omwoyo, n'omusaayi, era otegeere n'okugoberera okwagala kwa Katonda. Eno y'engeri gy'ozaalamu omwoyo n'Omwoyo Omutukuvu, kuza okukkiriza kwo, era okomyewo ekifaananyi kya Katonda eky'abula ng'ozuula obuvunaanyizibwa bwonna obw'omuntu.

Naye, abo abalya ekigambo kya Katonda n'ebirowoozo byabwe nga tebabyokezzaako ku muliro tebanyumirwa Kigambo kya Katonda era tebayinza n'akukijjukira kubanga bakiwuliriza balina ebirowoozo ebiralala ebitazimba, tebasobola kukula mu Mwoyo newankubadde okufuna obulamu obutuufu.

Eky'okuna tolekangawo kigambo kya Katonda okutuusa enkya.

Kitegeeza ki nti "tolekangawo kintu kyonna okutuusa enkya, bwe wabaawo esigaddewo mulina okubyokya n'omuliro?"

Kitegeeza nti olina okulya omubiri gw'Omwana w'Omuntu, ekigambo kya Katonda mu kiro. Ensi gy'obeeramu kati nsi ya kizikiza efugibwa setaani era mu by'Omwoyo eyinza kuyitibwa kiro, oba obudde obw'ekiro. Mukama waffe bw'alidda, ekizikiza kyonna kirivaawo, era buli kintu kijja kukomezebwawo; bujja kufuuka bwa ku makya ensi ey'ekitangaala.

N'olwekyo "Temulekaawo n'akimu okutuuka ku makya" Kitegeeza nti olina okuyiga ekigambo kya Katonda okwetegeka ng'omugole wa Mukama waffe nga tannaba kudda.

Okw'ongereza kwebyo, oba mwagala oba nedda, okudda kwa Mukama waffe kuli kumpi, obeerawo kunsi emyaka 70 oba 80, naye nga tomanyi ddi lw'onoosisinkana mukama. Okutuusa lwolisisinkana mukama, olyoke okule mu mwoyo okutuuka okulya ennyama n'okuywa omusaayi gw'Omwana w'Omuntu, n'olwekyo olina okufuba ennyo okuyiga Ekigambo kya Katonda era okule mu mwoyo.

Bw'oba olina okukkiriza kwa bataata olw'okuba ozze okuza Omwoyo gwo, ojja kufuna ekitiibwa ekyakayakana ng'enjuba eri okumpi ne namulondo ya Katonda mu bwakabaka Bwe kubanga omanyi Katonda eyabeerawo okuva Olubereberye, funa ebibala omwenda eby'Omwoyo Omutukuvu, n'omukisa, era ofune ekifaananyi kya Katonda.

Okunywa omusaaayi gw'omwana w'omuntu.

Okusobola okubeezaawo obulamu, olina okulya emmere wamu n'okunywa amazzi. Bwo tanywa mazzi n'akamu, emmere teyinza kugaayibwa era obeera ojja kufa. Emmere bw'egenda mu lubuto ng'erimu amazzi, egaayizibwa, ebiriisa n'ebigibwamu ebitalina mugaso n'ebifuluma.

Mu ngeri y'emu bw'olya ennyama y'Omwana w'Omuntu, bwo tanywa musaayi gwa Mwana w'Omuntu, tosobola kugigaaya. N'olwekyo, oyinza okufuna obulamu obutaggwawo ng'olidde omubiri gw'Omwana w'Omuntu wamu n'okunywa omusaayi gw'Omwana w'Omuntu.

"Okunywa omusaayi gw'Omwana w'Omuntu" kwe kuteeka ekigambo kya Katonda mu nkola n'okukkiriza. Ng'omaze okuwulira Ekigambo kya Katonda, Kikulu nnyo okukiteeka mu nkola, era nga kino kye bayita okukkiriza, bw'otakola nga Kigambo kya Katonda bwe kigamba ng'omaze okukiwulira era ng'okimanyi, kiba tekikugasa kukiwulira.

Engeri ebiriisa gye bigibwamu era ebikyafu n'ebifuluma, bw'olya emmere, N'ekigambo kya Katonda, nga ge mazima kigibwamu, era agatali mazima n'egafuluma, bw'okola ng'E kigambo kya Katonda bwe kiragira, okusobola okulongoosa emitima gyamwe emikyafu.

Olwo "amazima agasengejjeddwa" "N'agatali mazima agafulumizibwa" bye biriwa? Katugambe nti owulirizza Ekigambo kya Katonda, "Temukyawanga, naye mwagalanenga." Bw'ogifuula emmere yo era n'okola nga bwe kigamba ekiriisa ekiyitibwa kwagala kisengejjebwa, ate n'afulumizibwa. Omutima gwo bwe gutyo gugenda gufuuka mutukuvu era ogw'amazima ennyo nga gufulumya ebirowoozo ebikyafu era ebibi.

Okukola ng'Ekigambo kya Katonda bwe kigamba.

Naye, bw'otakola ng'Ekigambo kya Katonda bwe kyogera, awo oba tonywa musaayi gwa Mwana wa Muntu. N'olwekyo, ekigambo kya Katonda omanya kimanye mu mutwe gwo, era toyinza kulokolebwa bw'otakola nga bwe kigamba.

Okunywa omusaayi gw'Omwana w'Omuntu, okukola ng'Ekigambo kya Katonda bwe kigamba, tebiyinza kukolebwa n'amaanyi g'abantu gokka, olina okubeera n'okwagala wamu n'amaanyi okukola ng'Ekigambo Kye bw'ekyogera, olwo n'olyoka ofuna ekisa kya Katonda, amaanyi, era n'okuyambibwako Omwoyo Omutukuvu ng'osabira n'amaanyi go gonna,

Singa wali osobola okwegyako ebibi olw'okufuba kwo gwe, Yesu teyandyetaagisiza kukomererwa, ne Katonda teyandyetaaze kusindika Mwoyo Mutukuvu.

Yesu Kristo yakomererwa okusonyiwa ebibi byo kubanga etosobola kumalawo kizibu kya bibi ku bubwo, era ne Katonda atumye Omwoyo Omutukuvu okusobola okukuyamba okukyusa omutima gwo omukyafu okugufuula omuyonjo.

Omwoyo Omutukuvu, Omwoyo wa Katonda, guyamba abaana ba Katonda, okusobola okutambulira mu mazima ne mu butuukirivu. N'olwekyo mu ku yambibwako Omwoyo Omutukuvu, abaana ba Katonda balina okutambula ng'ekigambo kya Katonda bwe kigamba, nga bewala n'okwegyako ebibi era bafune okwagala kwa Katonda n'emikisa.

Okusonyiyibwa olw'okutambulira mu kitangaala kyokka

Okugamba nti olya omubiri n'okunywa omusaayi by'Omwana w'Omuntu, kitegeeza nti okola ebyo eby'ekitangaala okusinziira ku Kigambo kya Katonda, Olwo, bikolwa bya kika ki eby'ogerwako? Olina okw'eyisa mu ngeri ey'ekitangaala. Oleke ekizikiza era otambulira mu kitangaala bw'oba olya omubiri gw'Omwana w'Omuntu, ogugaaye bulungi, era ofuule omutima gwo omutuufu. Bw'otambulira mu kitangaala, omusaayi gwa Mukama gunaazaawo ebibi byo eby'ayita, ebiriwo, n'ebigenda okujja.

Newankubadde olina ebibi ebitannaba kuggibwawo, bwe weenenya n'omutima gw gwonna, mu maaso ga Katonda, ebibi byo bisobola okusonyiyibwa ku lw'ekisa kya Katonda. Abo abakkiririza ddala mu Katonda era ne bagezaako okutuukiriza obutuukirivu mu mitima gyabwe baba tebakyali b'onoonyi naye abantu abatuukirivu era basobola okulokolebwa era ne bafuna obulamu obutaggwawo.

Katonda Kitangaala

1 Yokaana 1: 5 wagamba nti, *"Naye Kino kye kigambo kye twawulira ekyava mu ye era kye tubuulira mmwe nga Katonda*

gwe musana so mu ye ekizikiza temuli n'akatono."

Omutume Yokaana, ey'awandiika 1 Yokaana, yayigirizibwa Yesu yennyini, eyali azze ku nsi kuno, era n'afuuka ekitangaala eri ensi eno n'ekkubo erigenda eri Katonda.

N'abwe kityo, bwati bw'ayogerwako Yesu mu Yokaana 1:4-5, *"Obulamu bwali mu ye; Obulamu n'ebuba omusana gw'abantu, Omusana n'egwaka mu kizikiza so ekizikiza tekyagutegeera."* Yesu yennyini yeeyogera nti: *"Nze kkubo, n'amazima, n'obulamu, tajja eri Kitange, wabula ng'ayita mu nze"* (Yokaana 14:6).

N'olwekyo, abayigirizwa ba Yesu baalaba kino nti "Katonda kitangaala" okuyita mu Yesu n'emububaka bwe baayogera gye muli bwe buno nti "Katonda Musana."

Ekitangaala mu by'Omwoyo kitegeeza mazima.

Olwo, "Ekitangaala" kye ki? Mu by'Omwoyo, ekitangaala kitegeeza mazima ate amazima ge gakontana ne kizikiza.

Katonda atugamba mu Abaefeeso 5:8, *"Kubanga edda mwali kizikiza, naye kaakano muli musana mu mukama waffe. Mutambulenga ng'abaana b'omusana."* Abo abawuliriza obubaka nti "Katonda Musana" era n'ebayiga n'ekituufu okuva eri Katonda, basobola okwaka n'ebamulisa ensi eno ng'ekitangaala bw'ekigobawo enzikiza.

Abaana b'ekitangaala abakola ebyo eby'amazima, bazaala ebibala eby'ekitangaala. Yensonga lwaki mu Abaefeeso 5:9 wagamba, *"kubanga ebibala by'omusana biri mu bulungi bwonna n'obutuukirivu n'amazima."* Okwagala okw'Omwoyo okw'ogerwako mu Bakkolinso ekisoka 13 n'ebibala eby'Omwoyo Omutukuvu nga okwagala, essanyu, eddembe, okugumikiriza, ekisa, obulungi, okw'esigika, obukakkamu, n'okwekomako bye bibala eby'ekitangaala.

N'olwekyo, ekitangaala kitegeeza ebigambo byonna eby'amazima ku bulungi, obutuufu, n'okwagala nga "Mwagalanenga, musabenga, mukuumenga ssabbiiti, mukuumenga amateeka ekkumi" Katonda g'abagamba mu Baibuli.

Ekizikiza mu By'omwoyo kitegeeza ekibi

Ekizikiza kitegeeza embeera omutali kitangaala era mu by'Omwoyo kitegeeza ekibi.

Ebintu byonna by'amazima, nga bino bye bikontana n'amazima by'ebintu ng'ebiwandiikiddwa mu Baruumi 1:29, *"obutaba n'abutuukirivu bwonna, obubi, okwegomba, ettima, obuggya, obussi, okuyomba, obukuusa, enge, abageya, abalyolyoma, abakyawa Katonda, ab'ekyejo, ab'amalala, abeenyumiriza abayiiya ebigambo ebibi, abatawulira bazadde baabwe, abatalina magezi, abaleka endagaano, abataagalana, abatalina kusaasira,"* Bino byonna bya kizikiza.

Baibuli ekugamba okwewala ebintu byonna eby'ekizikiza nga ng'okubba, obutemu obw'enzi na buli kibi.

Ku ludda olumu, abantu abamu bagamba nti baana ba Katonda, wadde nga tebagondera ebyo Katonda by'abagamba okukola, kyokka n'ebakola ebyo Katonda by'abagamba obutakola, oba okusuula eri. Ekizikiza kino kifugibwa omulabe setaani era kya ku nsi kuno, n'olwekyo tekiyinza kubeera na kitangaala. Yensonga lwaki abo abakola eby'ekizikiza bakyawa ekitangaala era ne bakyewala.

Ku ludda olulala, abaana ba Katonda abatuufu, Nga Ye kitangaala era nga mu Ye temuli.

Kizikiza, balina okwewala ekizikiza era batambulire mu kitangaala. Olwo lwokka, lw'oyinza okwogera ne Katonda era buli kimu kijja kubagendera bulungi mu bulamu.

Obukakafu nti ossa kimu ne Katonda.

Bulijjo, watera okubaawo okussa ekimu okw'amaanyi okw'esigamiziddwa ku kwagala, wakati w'abazadde n'abaana baabwe. Mu ngeri y'emu, kimanyiddwa gy'emuli mwe abakkiririza mu Yesu Kristo nti walina okubaawo okussa ekimu ne Katonda, Taata w'emyoyo gyamwe (1 Yokaana 1:3).

Okussa ekimu wano kitegeeza si muntu omu okumanya munne, wabula bombi okw'emanya obulungi. Toyinza kugamba nti ossa kimu ne pulezidenti wadde olina by'omumanyiiko bingi. Kye kimu n'okussa ekimu ne Katonda. Okusobola okuba n'okussa ekimu ne Katonda okwa ddala, olina okumumanya nga Naye Ye bw'akumanyi era n'okukutegeera.

Mu 1 Yokaana 1:6-7 wagamba, *"Bwe twogera nga tussa kimu naye ne tutambuliranga mu kizikiza, tulimba ne tutakola mazima naye bwe tutambulira mu musana nga ye bwali mu musana, tussa kimu fekka na ffekka n'omusaayi gwa Yesu Omwana we gutunaazaako ekibi kyonna."*

Kino kitegeeza nti ojja kussa kimu ne Katonda bw'oneeggyako ebibi era n'otambulira mu kitangaala. Bw'ogamba nti ossa kimu ne Katonda naye ng'okyakola era n'okubeera mu kizikiza. Obeera olimba.

Okuba ng'ossa kimu ne Katonda kitegeeza okuba ng'ossa kimu mu mwoyo era mu ngeri ey'amazima, so si kuba na kussa kimu okutali kwa Katonda, ng'omumanyi bumanya mu mutwe gwo. Gwe kennyini olina kuba kitangaala okusobola okussa ekimu ne Katonda kubanga ye kitangaala. Omwoyo Omutukuvu, omutima gwa Katonda, akuyigiriza okwagala kwa Katonda bulungi okutuuka ku ssa nti osigala mu mazima, oly'oke osobole okw'ogera ne Katonda eby'omunda bw'osoma ekigambo kya Katonda era n'osaba.

Singa otambulira mu kizikiza

Obeera olimba bw'ogamba nti ossa kimu ne Katonda naye ng'otambulira mu kizikiza ng'okola ebibi. Ekyo tekiba kutambulira mu mazima, era oba ojja kugenda mu kkubo ly'okufa.

Mu 1 Samwiri 2 batabani ba Eli kabona beeyisanga bubi era n'ebakola ebibi bingi. Yali alina okubabonereza, naye Eli yayogeranga bw'ogezi nti "Lwaki mukola ebintu bwe bityo temulina kukola ebyo" era ku nkomerero, obusunga bwa Katonda n'ebubajjira. Batabani ba Eli kabona ababiri baafiira mu lutalo, era Eli n'ava ku ntebe ye n'aggwa bugazi ku mabbali g'omulyango, obulago bwe ne bukutukako n'afa. Obusungu bwa Katonda ne butuuka n'ekubazzukulu be (1 Samwiri 2:27-36, 4:

11-22). N'olwekyo nga bwe kigamba mu Abaefeeso 5:11-13 *"So temussanga kimu n'ebikolwa ebitabala eby'ekizikiza, naye waakiri mubibuulirenga bubuulizi, kubanga kya nsonyin'okubyogerako ebyo, bye bakola mu kyama. Naye ebigambo byonna bwe bibuulirwa, omusana gubirabisa, kubanga buli ekirabisibwa gwe musana."*

Bwe wabaawo omuntu agamba nti assa kimu ne Katonda, naye nga tatambulira mu kitangaala. Mu muwabule nga mu kwagala. Bwatajja mu kitangaala, olina okumunenya okusobola okumuleeta mu kitangaala aleme kugenda mu kkubo ly'okufa.

Okusonyiyibwa olw'okutambulira mu kitangaala.

Waliwo etteeka mu nsi muno era omuntu bw'alimenya, abonerezebwa okusinziira ku bunene bw'ekikolwa. Naye nga tekisobola kulekayo kumulumiriza, kubanga obulabe bw'atuusizza ku muntu buba tebusobola kugibwawo wadde ng'asasulidde ky'akoze olw'okubonerezebwa

Mu ngeri y'emu, okyalina ekikula ky'obubi mu mutima n'ewankubadde nga okiriza Yesu Kristo era n'ebibi byo n'ebisonyiyibwa era n'olangirirwa mu batuukirivu.

N'olwekyo Katonda alagira gwe okukomola omutima gwo oleme okuwulira ekikulumiriza mu mutima.

Nga bwe kyogera mu Yeremiya 4:4, *"Mwekomole eri Mukama, mugyewo ebikuta ebikuta eby'emitima gyamwe, mmwe abasajja ba Yuda, ne yerusaalemi,"* Okukomola omutima kitegeeza okusalako ekikuta ky'omutima gwo.

Okusalako ekikuta ky'omutima gwo kitegeeza okugoberera Katonda by'alagira mu Baibuli nga "Eby'okukola," "Eby'obutakola," "eby'okwekuumanga," Oba "Eby'okusuula eri."
Kwe kugamba, kitegeeza okw'egobako buli kintu ekiwakana n'ekigambo kya Katonda nga agatali mazima, obubbi, obutali butuukirivu, obutagondera mateeka n'enzikiza, okutukuza omutima gwo, era ogujjuze n'amazima.

N'olwekyo, olina okufuba ennyo okufuula Ekigambo kya Katonda emmere yo, oyingize ebiriisa ng'okola ebyo by'ekigamba, era wegyemu ebikyafu, eby'ebibi n'agatali mazima, eby'ekizikiza. Bw'okomola omutima gwo, osobola okukula mu by'Omwoyo.

Bw'ofuuka omuntu ow'Omwoyo era ow'amazima, ng'ofulumya obubi n'ekibi, ng'ebikyafu, obeera ossa kimu ne Katonda. Olwo, omusaayi gwa Yesu Kristo gunaalongoosa ebibi byo okuva lw'olina okussa ekimu kuno.

Na bwe kityo, tolina kukkiriza Yesu Kristo era olangirirwe ng'omutuukirivu kyokka, naye n'okukyukira ddala okufuuka omuntu ow'amazima omutuufu ng'olya ennyama, n'okunywa omusaayi eby'Omwana w'omuntu era okomola n'omutima gwo.

Okukkiriza okuweerekerwako ebikolwa kwe kutuufu

Ekintu ekiyinza okukwewuunyisa, kwe kuba nti olaba abantu bangi abatategeera bulungi amakulu g'okukkiriza. abamu bagamba, "lwaki togenda bugenzi mu kanisa? Era obeera mulokole." Bw'owulirizi ekigambo kya Katonda era n'okimanya, naye n'otakola nga bwe kigamba, obeera omanyi bumanya nti waliyo kye bayita okukkiriza mu mutwe gwo, naye si okukkiriza okutuufu. Mu ngeri eno, tosobola kulokolebwa. Kukkiriza ki Katonda kwayagala? Oyinza otya okulokolebwa olw'okukkiriza?

Okwenenya okutuufu kutegeeza butaddira bibi

1 Yokaana 1:8-9 wagamba nti *"Bwetwogera nti tetulina kibi, twekyamya fekka, so nga n'amazima tegali mu ffe. Bwe twatula ebibi byaffe, ye wamazima era omutuukirivu okutusonyiwa ebibi byaffen'okutunaazaako byonna, ebitali bya butuukirivu."*

Olwo, okwatula ebibi byaffe kitegeeza ki?

Ka tugambe nti Katonda akugambye nti, "okugenda ebuvanjuba lye kkubo ly'obulamu obutaggwawo era kwe kwagala kwange, n'olwekyo genda eyo." Wadde guli gutyo, gwe bw'osigala ng'ogenda bugwanjuba era n'ogamba, "Katonda nina kugenda buvanjuba naye ng'enda bugwanjuba era nsaba onsonyiwe," kuno si kwatula bibi byo. Kuno tekuba kukkiriza mu Katonda wadde okumutya, naye kuno kuba kumujoolonga. Okwenenya okutuufu si kwogera bibi byo n'akamwa ko kyokka, naye n'okuviira ddala ku bibi ebyo mu bikolwa byo. Olwo Katonda lw'a kutwala ng'okwenenya era n'akusonyiwa.

Nga bw'oyinza okufa, bw'otalya mmere yonna, wadde

ng'okimanyi nti olina okulya emmere okuba omulamu, toyinza kulongoosebwa mu musaayi gwa Mukama bw'oyatula obw'atuzi ebibi byo n'akamwa ko, naye n'otabivaako.

Okukkiriza okutalina Bikolwa kuba Kufu

Mu Yakobo 2:22, w'agamba, *"olaba ng'okukkiriza kwakolera wamu n'ebikolwa bye, era okukkiriza kwe, kwatuukirizibwa olw'ebikolwa bye."* Olunyiriri lwa 26 lw'eyongerayo nga lugamba nti. *"Kuba ng'omubiri awatali mwoyo bwe guba omufu; era n'okukkiriza bwe kutyo awatali bikolwa, nga kufudde."*

Abantu bangi bagenda mu kanisa kubanga baawulirako nti eriyo eggulu ne ggeyeena. Naye olw'okuba nga tebakkiririza ddala, nsonga eno mu mitima gyabwe, ebikolwa tebigenderako.

Kuno kuba kukkiriza mu bukkiriza okumanye, era nga kuba kufu.

Okwongereza kw'ekyo, bw'oyatula n'akamwa ko nti okkiriza kyokka ng'okyakola ebibi, oyinza otya okugamba nti olina okukkiriza? Baibuli ekugamba nti ekibi ekikoleddwa ng'omanyi ky'abulabe nnyo n'okusinga ekyo nga tomanyi.

Bw'oyatula nti, "Nzikkiriza" awatali bikolwa, oyinza okulowooza nti olina okukkiriza naye Katonda kuno takutwala nga kukkiriza okutuufu.

Abaisiraeli abaava mu Misiri baalaba eby'amagero bya Katonda bingi. Katonda Yayawulamu enyanja emyufu, Y'abawa emaanu era n'abakuuma n'empagi ey'ekire emisana n'empagi ey'omuliro ekiro. Naye, Katonda bwe yabalagira okuketta ensi ye Kanani, Yoswa yekka ne Kalebu be bakkiriza ekigambo kya Katonda era n'obuyinza Bwe. N'ekyavaamu Abaisraeri, abaatagondera Katonda olw'okuba tebaalina kukkiriza kumala okubatwala e Kanani, baayita mukugezesebwa okw'emyaka amakumi ana mu ddungu era ne bafiirayo.

Olina okukitegeera nti tekikugasa bw'otakkiriza oba bw'otakola ng'ekigambo kya Katonda bwe kigamba, n'ebwoba ng'olabye eby'amagero bya Katonda bingi. Okukkiriza kutuukirizibwa n'abikolwa.

Abo bokka abagondera etteeka be batukuzibwa

Katonda atugamba mu Baruumi 2:13 nti *"Kubanga abawulira obuwulizi amateeka si be batuukirivu, eri Katonda, naye abakola eby'amateeka, bebaliweebwa obutuukirivu."*
Toli mutuukirivu olw'okuba ogenda mu kanisa era n'owulira obubaka. Wabula otukuzibwa ng'omutima gwo ogutali gw'amazima gukyuse ne gufuuka ogw'amazima era nga kino kibaawo ng'okoze ng'ekigambo kya Katonda bwe kigamba.
Abamu bagamba nti osobola okulokolebwa bw'oyita obuyisi Yesu Kristo "Mukama" n'akamwa ko, olw'obutategera Baruumi 10:13, *"Kubanga buli alikaabirira erinnya lya Mukama alirokoka."* Naye ng'ekyo kikyamu nnyo. Nga bwe kigamba mu Isaaya 34:16, *"Munoonye mu kitabo kya Mukama musome, tekulibula ku ebyo n'akimu, tewaliba ekiribulwa kinnaakyo, kubanga akamwa kange ke kalagidde, n'omwoyo gwe gwe*

gubukung'anyizza." Ekigambo kya Katonda kirina kinaakyo era kivaayo bulungi ng'okivunudde n'ekinaakyo,

Baruumi 10:9-10 w'agamba, *"Kubanga bw'oyatula Yesu nga ye Mukama n'akamwa ko, n'okkiriza mu mutima gwo nti Katonda yamuzuukiza mu bafu, olirokokakubanga omuntu akkiriza n'amutima gwe, okuweebwa obutuukirivu, era ayatula na kamwa ke okulokoka."*

Abo bokka abakkiriza mu mazima mu mitima gyabwe nti Yesu yazuukira be basobola okufuula okwatula n'akamwa kaabwe okutuufu, kubanga batambulira mu kigambo kya Katonda. Bajja kulokolebwa bwe baatula n'okukkiriza kuno okutuufu era n'ebeeyongere okutuukirira, naye abo abataatula na kukkiriza kuno tebalirokolebwa.

Eyo y'ensonga lwaki Yesu yayogera mu Matayo 13:49-50 nti, *"Bwe kityo bwe kiriba ku nkomerero y'ensi, bamalayika balijja, balyawulamu abantu ababi mu batuukirivu balibasuula mu kikoomi eky'omuliro mwe muliba okukaaba amaziga n'okulumwa obujiji."*

Wano, "Abatuukirivu" boogera kw'abo bonna abategeera Katonda era ne baba n'okukkiriza. Okwawula ababi mu batuukirivu kitegeeza nti abo abatakola ng'ekigambo kya Katonda bwe kigamba, tebayinza kulokolebwa wadde nga bagenda mu kanisa era ne batambula ng'abakristaayo.

Katonda ayagalira ddala okukomolebwa kw'emitima

Katonda ayagala abaana Be okubeere abatukuvu era

abatuukiridde. Yenso lwaki atugamba mu 1 Peetero 1:15, *"naye ng'oyo eyabayita bw'ali omutukuvu era nammwe mubeerenga batukuvu mu mpisa zonna"* era ne mu Matayo 5:48, *"Kale mmwe mubeerenga abatuukirivu, nga kitammwe ali mu ggulu bw'ali omutuukirivu."*

Mu biseera by'endagaano enkadde, abantu baalokokanga lwa bikolwa ng'ekiraga ekyo ekyali kijja, naye mu biseera by'endagaano empya nga Yesu Kristo atuukirizza etteeka mu kwagala, olokolebwa lwa kukkiriza.

"Okulokolebwa olw'ebikolwa" kitegeeza nti ne bw'oba olina, katugambe, omutima omukyafu ogw'obutemu, ogw'ettima, okukola obwenzi, okulimba, n'ebirala bingi, tekiba kibi okujjako nga kiteekeddwa mu nkola.

Katonda teyasaliranga bantu musango okujjako nga bakoze ebikolwa ebibi kuba baali tebasobola kwesalako bibi ku bwabwe, nga tebalina mwoyo mutukuvu mu biseera by'endagaano enkadde. Naye, mu biseera by'endagaano empya, olokolebwa ng'omaze kukomola mutima gwo mu kukkiriza ng'oyambibwako Omwoyo Omutukuvu, kubanga Omwoyo Omutukuvu azze gyoli. Omwoyo Omutukuvu akuyamba okumanya, enjawulo wakati bibi n'obutuukirivu, n'engeri y'okusalawo, era n'akuyamba gwe okusobola okutambulira mu kigambo kya Katonda. N'olwekyo, osobola okugyawo agatali mazima gonna mu mutima gwo, ng'ogukomola n'okuyambibwako okw'Omwoyo Omutukuvu.

Olina okukitegeera nti Katonda ky'akwetaaza kwe kukomola omutima gwo, okwgyako ebibi, okuba omutukuvu, era wenyigire mu bwa Katonda. Omutume Paulo yamanya okwagala kwa

Katonda kuno era n'ayigiriza ku kukomola emitima, so si mubiri (Baruumi 2:28-29). Yabakubiriza okuwalira okutuuka ku ssa ery'okuyiwa omusaayi, mu ku lutalo lw'okulwanisa ekibi, ng'amaaso go bwe gatunuulira Yesu enkaliriza, oyo atuukiriza okukkiriza kwo (Abaebbulaniya 12:1-4).

Nina essuubi nti ojja kufuna okukkiriza okutuufu okugobererwa ebikolwa ng'okitegeera nti toyinza kuyingira ggulu olw'okuyita obuyisi "Mukama, Mukama" naye olw'okutambulira mu kitangaala n'okukomola omutima gwo.

Essuula 9

OKUZAALIBWA AMAZZI N'OMWOYO

- Nikodemu Ajja Eri Yesu
- Amakulu ag'Omwoyo aga Yesu okuyamba Nikoodemo
- Bwozaalibwa n'amazzi n'Omwoyo
- Abategeeza Abasatu: Omwoyo, Amazzi, N'omusaayi

OBUBAKA BW'OMUSALABA

Awo waaliwo omuntu ow'omu Bafalisaayo, erinnya lye Nikoodemo, mwami mu Bayudaaya: oyo najja gyali ekiro, n'amugamba nti, Labbi, tumanyi nti oli muyigiriza eyava eri Katonda, kubanga tewali muntu ayinza okukola obubonero buno bw'okola ggwe wabula Katonda ng'ali naye, Yesu n'addamu n'amugamba nti Ddala ddala nkugamba nti omuntu bw'atazaalibwa mulundi gwa kubiri tayinza kulaba bwakabaka bwa Katonda. Nikoodemo n'amugambanti omuntu ayinza atya okuzaalibwa bw'aba nga mukadde, ayinza okuyingira mu lubuto lwa nnyina omulundi ogw'okubiri, n'azaalibwa? Yesu n'addamu nti Ddala ddala nkugamba nti omuntu bw'atazaalibwa mazzi n'amwoyo, tayinza kuyingira mu bwakabaka bwa Katonda."

Yokaana 3:1-5

Katonda yatuma Yesu Kristo, Omwana We omu yekka, era n'aggulawo ekkubo ery'obulokozi. Buli yenna Amukkiriza afuna obuyinza okuba omwana wa Katonda era neyeeyagalira obw'omukisa era obutaggwaawo kati n'emirembe gyonna. Wabula, enaku zino olaba nti abantu bangi tebalina kukasibwa kuno okw'obulokozi newankubadde nga basembeza Yesu Kristo. Kyokka nga abamu bagamba baafuna obulokozi naye nga tebalina kukkiriza okulokolebwa, oba abalala bagamba nti balokole kubanga baali bafunye ku Mwoyo Omutukuvu naye nga tebakyafaayo ku bikolwa byabwe biddirira.

Kati mu kukomekereza obubaka bw'omusalaba, ka tutangaazibwe ku ng'eri gye tufunamu obulokozi bw'ennyini, okuva w'otandikira okukkiriza Yesu Kristo, nga tuyita mu lugero lwa Nikoodemu.

Nikodemu Ajja Eri Yesu

Mu biseera bya Yesu, abafalisaayo baagulumizanga nnyo amateeka ga Musa era nga bagoberera nnyo ennono ya bakadde. Be baali abakulembeze b'eddiini, mu Ba Isiraeri abalonde abaali bakkiririza mu bussukulumu bwa Katonda, mu kuzuukira, bamalayika, n'okusala omusango gw'enkomerero, saako omulokoza okujja.

Kyokka, nga Yesu yateranga okubanenya ng'agamba, "Ziribasanga mmwe, Abafalisaayo." bannanfuusi, balabikanga abatuukirivu ku ngulu, naye nga munda bajjudde obunyazi n'obuteegendereza, nti bafaanana amalaalo agasiigibwa okutukula agalabika kungulu nga gawoomye (Matayo 23:25-36).

Nikoodemo Yalina Omutima Omulungi.

Nikoodemu yali omu ku bafalisaayo abakungu mu Bayudaaya. Abaali ku lukiiko olufuzi olwali luyitibwa Saniheduri. Naye ye teyayigganya Yesu ng'Abafalisaayo abalala. Wabula ye yakkiriza nti Yesu yava wa Katonda, olw'okulaba eby'amagero n'obubonero Yesu bye yakolanga. Nikoodemo yayagala okumanya Yesu y'ani kubanga yalina omutima omulungi.

Mu Yokaana 7:51, Nikodemu abuuza abafalisaayo abaali bagala okukwata Yesu, ng'amuwolereza nti, *"Ye mpisa yaffe okusalira omuntu omusango nga tebannawulira bigambo bye n'okutegeera ky'akoze?"*

Tekiyinza kuba nga kyali kyangu okwogera mu ngeri eyo ng'omu ku ba memba b'ekibiina kya sanihedurin mu kiseera ekyo. Olaba n'akati, Gavumenti bwe salawo n'ewera obukristaayo mu mateeka, abakungu tebayinza kuyimirirawo ku lwanirira bukristaayo. Mu ngeri y'emu, mu kiseera ekyo Abaisraeri eddiini endala zonna baazitwalanga ng'ezobulimba okujjako eye Kiyudaaya. Nikodemo yali akimanyi bulungi nti asobola okugobebwa singa adda ku ludda lwa Yesu.

Wadde kyali bwe kityo, Nikoodemo yawolereza Yesu. Ekiraga

nti yali w'amazima nti era yali munywevu mu kukkiriza Yesu.

Yokaana 19:39-40 watukubira ekifaananyi amangu ddala nga Yesu amaze okufa ku musalaba.

Ne Nikoodemo n'ajja eyasooka okujja gyali ekiro, ng'aleese ebitabule eby'envumbo ne akaloosi, obuzito bw'abyo laateri nga kikumi. Awo n'ebatwala omulambo gwa Yesu, ne baguzinga mu ngoye z'ekitaani wamu n'ebya kaloosa ebyo nga Abayudaaya bwe bayisa okuziika.

N'olwekyo, Nikoodemo yali akkiriza nti Yesu yali musajja wa Katonda, Y'aweereza Yesu awatali ku kyukakyuka ne bwe yali amaze okukomererwa, era n'afuna obulokozi n'okukkiriza mu kuzuukira Kwe.

Nikoodemu Ajja Eri Yesu.

Mu Yokaana 3, waliwo emboozi wakati wa Yesu ne Nikoodemo nga tannaba kutegeera mazima mu mwoyo.

Ekiro kimu Nikoodemu n'ajja eri Yesu, n'ayogera nti, *"Labbi, tumanyi nti oli muyigiriza eyava eri Katonda kubanga tewali muntu ayinza okukola obubonero buno bw'okola ggwe, wabula Katonda ng'ali naye"* (Olu: 2).

Nikoodemo mu kusooka yali tamanyi nti Yesu ye yali Omulokozi era Omwana wa Katonda. Naye, bwe yamala okulaba ku by'amagero bya Yesu, Nikoodemo n'akitegeera era n'ayatula nti Yesu yali musajja wa Katonda kubanga yalina omutima omulungi. Mu ndowooza Ye, yamanya nti yali Katonda Omuyinza wa buli kimu yekka eyali ayinza okuzuukiza abafu, okuzibula abazibe, abalema okutambula n'abagenge okuwona. Kati olwo lwaki yajja eri Yesu ekiro? Yalinga bano abantu abatayagala kugenda ku kanisa nga buli omu abalaba, kubanga tebalina bukakafu mu Katonda Omutonzi.

Wadde Nikoodemo yalina omutina omulungi, teyalina kukkiriza kutuufu. Yali yeyeekakasa mu Yesu ng'Omwana wa Katonda era Omulokozi, y'ensonga lwaki teyagenda eri Yesu misana mu lwatu naye n'akikola ekiro.

Amakulu ag'Omwoyo aga Yesu okuyamba Nikoodemo

Yesu y'agamba Nikoodemo, *"Yesu n'addamu n'amugamba nti ddala ddala nkugamba nti omuntu bw'atazaalibwa mulundi gwa kubiri tayinza kulaba bwakabaka bwa Katonda."* (Yokaana 3:3).

Naye, Nikoodemo kino yali takitegeererako ddala. Bwatyo kwe kubuuza nti, "Omuntu ayinza atya okuzaalibwa bw'aba nga mukadde?" Yali talina kukkiriza kwa mwoyo, era bwatyo kwe kwewuunya nti "Omuntu omukadde afa n'addayo mu ttaka, kati olwo ayainza atya okuzaalibwa omulundi omulala?"

Awo Yesu n'amunyonyola ku kuzaalibwa amazzi nOmwoyo:

"Yesu n'addamu nti ddala ddala nkugamba nti Omuntu bw'atazaalibwa mazzi na Mwoyo tayinza kuyingira mu bwakabaka bwa Katonda. Ekizaalibwa omubiri kiba mubiri, n'ekizaalibwa Omwoyo kiba Mwoyo" (Yokaana 3:5-6).

Nikodemu bwe yali ayagala okwongera okutegeera Yesu kyayogedde, Yesu n'amunyonyola mu lugero: *"Empewo ekuntira gy'eyagala, n'owulira okuwuuma kwayo naye tomanya gy'eva newankubadde gy'egenda."* (Yokaana 3:8). Adamu ng'amaze okujeema, buli mwoyo gwa muntu gw'afa era okuva olwo buli omu yalina okufa. Naye, omwoyo gw'omuntu guzuukizibwa bwamala okuzaalibwa Omwoyo Omutukuvu. Bwagenda afuuka ow'omwoyo akomyawo ekifaananyi kya Katonda era n'alokolebwa. Naye, Nikodemo teyategeera Yesu kye yali ateggeza (Yokaana 3:9).

Era kwe kubuuza, "kino kisoboka kitya?" Yesu n'addamu:

Bwe mbabuulidde eby'ensi, ne mutakkiriza, mulikkiriza mutya bwe nnaababuulira eby'omu ggulu? Tewali muntu alinnye mu ggulu, wabula eyava mu ggulu, ye Mwana w'Omuntu ali mu ggulu. Nga Musa bwe yawanika omusota mu ddungu bwe kityo n'Omwana w'Omuntu kimugwanira okuwanikibwa buli muntu yenna amukkiriza abeere n'obulamu obutaggwaawo mu Ye (Yokaana 3:12-15).

Mu Okubala 21:4-9, Abaisraeri abaali bakulemberwa okuva mu misiri baatandika okwogera obubi ku Musa kubanga olugendo lwabwe okutuuka e Kannani lwali lw'eyongera kuba luzibu gye bali okugumira. Awo, Katonda, n'abakweka amaaso Ge era n'abasindikira emisota egy'obusaggwa n'egibaluma.

Bwe bakaaba okufuna obuyambi, Katonda n'agamba Musa okukola omusota mu kikomo era aguwanike ku muti. Katonda yawonya buli ey'agutunuulira, naye abagaana bafa kubanga tebagezanako olw'obutakkiriza bwabwe.

Okutegeera Ekigambo Kya Katonda Mungeri ey'Omwoyo.

Lwaki Katonda yalagira okukola omusota ogw'ekikomo era n'okuguteeka ku muti? Okuva mu Olubereberye 3:14 tukimanyi nti omusota gwa kolimirwa. Era ne mu Abaggalatiya 3:13 w'agamba nti, *"Akolimiddwa buli awanikiddwa ku muti."*

N'olwekyo, okuteeka omusota ogw'ekikomo ku muti kabonero nti Yesu yali wakuwanikibwa ku muti omusalaba ng'omusota ogw'akolimirwa okukulokola gwe. Okwongereza kw'ekyo, nga buli yenna eyatunuulira omusota ogw'ekikomo bwe yawonyezebwa, n'abuli akkiriza Yesu Kristo alokolebwa.

Nikoodemo yali tasobola kutegeera makulu ga Kigambo kya Katonda, kubanga yali tanazaalibwa n'amazzi era n'Omwoyo, era amaaso ge ag'omwoyo gali teganalaba. N'ennaku zino, okujjako ng'ozaaliddwa n'amazzi n'Omwoyo era n'amaaso go ag'Omwoyo ne gazibuka, toyinza kutegeera makulu ga bubaka bwa mwoyo kubanga oyinza okitwala nga bwe kiwandiikiddwa era n'otabitegeera bulungi.

Olina okusaba n'omutima gwo gwonna okusobola okutegeera amakulu ag'Omwoyo agali mu Kigambo kya Katonda ng'olung'amizibwa Omwoyo Omutukuvu. Olwo Katonda ow'ekisa anaggula omutima gwo, n'osobola okutegeera Ekigambo kya Katonda era n'oba n'okukkiriza okwa nammaddala.

Bwozaalibwa n'amazzi n'Omwoyo

Yesu y'agamba Nikoodemo bwe yajja gyali ekiro *"Yesu n'addamu nti ddala ddala nkugamba nti Omuntu bw'atazaalibwa mazzi na Mwoyo tayinza kuyingira mu bwakabaka bwa Katonda. Ekizaalibwa omubiri kiba mubiri, n'ekizaalibwa Omwoyo kiba Mwoyo"* (Yokaana 3:5-6).

Ka tulambulule bulungi amakulu ag'okuzaalibwa amazzi n'Omwoyo. Oyinza otya okuzaalibwa omulundi omulala n'amazzi n'Omwoyo era n'ofuna obulokozi?

Amazzi Kabonero Ka Mazzi Ag'obulamu Obutagwaawo

Amazzi g'akumalako enyonta era n'egaweweeza n'ebitundu byo eby'omunda mu mubiri. Era galongoosa n'omubiri gwo kungulu ne munda.

N'olwekyo Yesu yagerageranya amazzi ag'obulamu obutaggwawo n'amazzi okunyonyola nti gakulongoosa era n'egakuleeta obulamu. Yesu atugamba mu Yokaana 4:14, *"naye anywa amazzi ago nze ge ndimuwa, ennyonta teri mulumira ddala, emirembe gyonna; naye amazzi ge ndimuwa ganaafuukanga munda mu ye ensulo y'amazzi agakulukuta nga gakulukuta okutuuka ku bulamu obutagwaawo."*

Bw'onywa amazzi, toddamu kuwulira nnyonta okumala akaseera, naye oluvanyuma oddamu n'olumwa ennyonta. Amazzi mu ky'awandiikibwa kino g'ategeeza amazzi ag'olubeerera. Buli anyway ku mazzi Yesu g'agaba talirumwa nnyonta nate. Kwe kugamba, "ensulo y'amazzi agakulukuta okutuuka mu bulamu obutaggwaawo" g'akuwa obulamu.

Yokaana 6:54-55 wasoma, *"Alya omubiri gwange, era anywa omusaayi gwange alina obulamu obutaggwaawo, nange ndimuzuukiriza ku lunaku olw'enkomerero. Kubanga omubiri gwange kye kyokulya ddala, n'omusaayi gwange kye ky'okunnywa ddala."* Kwe kugamba, omubiri gwa Yesu, n'omusaayi Gwe g'emazzi ag'obulamu agataggwaawo.

Kyokka, "omubiri" Gwe, kitegeeza Ekigambo kya Baibuli kubanga Yesu ye Kigambo ey'ajja mu nsi mu mubiri. Okulya omubiri Gwe kitegeeza okumanya ekigambo Kye mu mutima gwo. Ng'osoma Baibuli.

Omusaayi gwa Yesu bwe bulamu, era obulamu ge mazima. Amazima ye Kristo, era Kristo ge maanyi ga Katonda. Bino byonna gwe musaayi gwa Yesu. Okuva lw'ekiri nti amaanyi ga Katonda gajja lwa kukkiriza, okunnywa omusaayi gwa Yesu kitegeeza okugondera ekigambo Kye olw'okukkiriza.

Wayiga nti amazzi mu by'Omwoyo bategeeza omubiri gwa

Yesu-kwe kugamba kye Kigambo kya Katonda era Endiga ya Katonda. Ng'amazzi bwe galongoosa omubiri gwo, n'Ekigambo kya Katonda kinaaza ebikyafu byonna okuva mu mutima gwo.

Eyo y'ensonga lwaki obatizibwa n'amazzi mu Kanisa, era okubatizibwa kabonero akalaga nti oli mwana wa Katonda era osonyiyiddwa ebibi byo. Ekirala kitegeeza nti olina okufumitirizanga ku Kigambo kya Katonda kikulongoose buli lunaku.

Okuzaalibwa nate n'amazzi

Olwo, oyinza otya okwenazaako obukyafu mu mutima gwo n'ekigambo kya Katonda nga g'emazzi ag'olubeerera.

Waliwo ebika bye biragiro bina Katonda by'atuwa: "Eby'okukolanga," "Bye tutalina kukola," "Eby'okukuumanga," era "n'eby'okwegyako." Okugeza, Katonda yakugamba obutakolanga bintu nga obutaagaliza, obukyayi, okusalira abalala emisango, okubba, obwenzi n'obutemu.

Mu ngeri y'emu, tolina kukola ebyo eby'akugaanibwa mu kiseera kye kimu, olina okwegyako buli kika kya bubi kyonna. Era olina okukumanga Ssabiiti, olina okubuulira enjiri, okusaba, era n'okwagalanga bano. Olunaagira omutima gwo gujja genda gujjula amazima ng'eno bw'oyambibwako Omwoyo Omutukuvu. Era n'Ekigambo kya Katonda kijja kw'ozaawo obutali butuukirivu oba ekibi. Mu ngeri eno, omutima gwo gujja kuba gukomoleddwa, era n'egukyusibwa okufuuka ogw'amazima ng'okola ng'Ekigambo kya Katonda bwe kigamba, era kino kye bayita "Okuzaalibwa nate n'amazzi."

N'olwekyo, okusobola okufuna obulokozi obujjude tolina kukoma ku kukkiriza Yesu kyokka, naye n'okukomola omutima gwo ng'ogondera ekigambo kya Katonda mu buli ddaakiika mu bulamu bwo bwonna

Okuzaalibwa Nate n'Omwoyo.

Okufuna obulokozi, olina okuzaalibwa amazzi era n'Omwoyo. Ozaalibwa otya Omwoyo? Mu Ebikolwa 19:2, omutume Paulo yabuuza abayigizwa abamu, *"Mwaweebwa Omwoyo omutukuvu bwe mwakkiriza?"* Okuweebwa Omwoyo omutukuva kuba kutya?

Omusajja ey'asooka adamu, yalina "Omutima", "Emmeeme," "n'omubiri" (1 Abasessaloniika 5:23), naye omwoyo gwe n'egufa kubanga y'ajeema. Bwatyo n'afuuka omuntu atalina njawulo na nsolo erina emmeeme n'omubiri byokka (Omubuulizi 3:18).

Bwe weenenya ebibi byo, ng'okkiriza nti oli mw'onoonyi, Katonda akuwa Omwoyo Omutukuvu ng'ekirabo era n'okukwebaza nti oli mwana We (Ebikolwa 2:38).

Omwana wa Katonda yenna, afunye Omwoyo Omutukuvu, aba asobola okwawula wakati w'obulungi n'obubi olw'ekigambo kya Katonda era ng'atambulira mu Kigambo kya Katonda, ku lw'amaanyi agava mu ggulu okuyita mu kusaba okw'amaanyi era okutakoma.

Mu ngeri eno, okyuka n'ofuuka ow'amazima era n'oba n'okukkiriza okw'Omwoyo okutuuka n'ekussa ery'okuzaala omwoyo okuyita mu Mwoyo Omutukuvu. Mu Yokaana 3:6 w'agamba, *"Ekizaalibwa omubiri kiba mubiri, n'ekizaalibwa omwoyo kiba mwoyo,"* Era mu Yokaana 6:63 wagamba, *"Omwoyo gwe guleeta obulamu, omubiri teguliiko kye gugasa."*

Fuuka omuntu W'omwoyo ng'ogoberera Omwoyo Omutukuvu.

Bw'ozaalibwa amazzi n'Omwoyo Omutukuvu ofuna obutuuze mu ggulu (Abafiripi 3:20). Ng'omwana wa Katonda, ogenda mu nkung'ana z'okusinza, n'omutendereza n'essanyu, era n'ofuba okutambulira mu kitangaala. Bwe wali tonnafuna Mwoyo Mutukuvu wabeeranga mu kizikiza kubanga wali tonnamanya mazima. Naye, bw'omala okufuna Omwoyo Omutukuvu, ogezaako okutambulira mu kitaangaala.

Ekiseera bwe kigenda kiyitawo, weesanga nti bw'oba olina essanyu mu mutima, obeera muli oli mukulwanagana. Kino kibaawo lw'akuba etteeka ery'Omwoyo erigoberera okwagala kw'Omwoyo Omutukuvu libeera mukulwanagana n'eteeka ery'ekikula ky'obubi, erigoberera okw'egomba kw'Omuntu omubi, ng'okwegomba kw'amaaso ge, n'okwegulumiza kw'ensi eno (1 Yokaana 2:16).

Omutume Paulo y'ayogera ku lutalo luno: *"Kubanga nsanyukira amateeka ga Katonda, mu muntu ow'omunda, naye ndaba etteeka eddala mu bitundu byange nga lirwana n'etteeka ly'amagezi gange era nga lindeeta mu bufuge wansi w'etteeka ly'ekibi eriri mu bitundu byange, Nze nga ndi muntu munaku! Ani alindokola mu mubiri, ogw'okufa kuno?"*

(Baruumi 7:22-24)
Bw'oba ng'ozaaliddwa amazzi n'Omwoyo, oba ofuuse mwana wa Katonda. Tekitegeeza nti oli muntu atuukiridde mu by'Omwoyo.

Ye nsonga lwaki Abaggalitiya 5:16-17 watugamba nti, *"Naye njogera nti mutambulirenga mu Mwoyo, kale temuutuukirizenga kwegomba kwa mubiri kubanga omubiri gwe gomba nga guwakana n'Omwoyo, n'Omwoyo nga guwakana n'omubiri kubanga ebyo by'olekanya, melemenga okukola ebyo bye mwagala."*

Okuba ng'osobola okugoberera Omwoyo Omutukuvu, olina okutambula ng'ogoberera Ekigambo kya Katonda. Era okole ebyo Katonda by'ayagala era ebimusanyusa. N'olwekyo bw'oba ng'ogoberera okwagala kw'Omwoyo, tojja kukemebwa era ojja kusobola okuwangula omulabe Setaani akukema okugoberera ekikula ky'obubi. Osobola okutambulira mu mazima era n'eweewaayo n'obwesigwa eri obw'akabaka bwa Katonda n'obutuukirivu Bwe.

Bw'ogoberera okwagala kw'Omwoyyo Omutukuvu, obeera mu ssanyu n'emirembe. Naye, ojja kukaddiwa era ozitoowererwe bw'onoogoberera okwegomba kwe kikula ky'obubi.

Ng'okkiriza kwo bwe kukula, osobola okw'eggyako ebibi byo era n'ogoberera okwegomba kw'Omwoyo Omutukuvu mu bintu byonna. Okwegomba okuli mu gwe okwagala okugoberera obubi kujja kugenda kubula. Kasita ojja kuba tokyetaaga kulwana okweggyako ebibi nga tokyakaddiwa n'akukaddiwa. Ojja kubeeranga musanyufu mu mbeera zonna.

Katonda asanyukira nnyo abo abatambulira mu kw'egomba

kw'Omwoyo. Abawa ebyo omutima gw'abwe gwe by'egomba nga bw'asuubiza mu Zabbuli 37:4 *"Sanyukiranga Mukama, Naye anaakuwanga omutima gwo bye gusaba."*

Bw'okyusa omutima gwo n'egufuuka ogwo ogujjudde amazima gokka, Katonda akusanyukira nnyo, era n'akukolera buli ekisoboka. Nsuubira nti ojja kuzaalibwa amazzi n'Omwoyo, era ojja kugoberera okwegomba kw'Omwoyo.

Abategeeza Abasatu: Omwoyo, Amazzi, N'omusaayi

Nga bwe n'anyonyoddeko edda, nti olina okuzaalibwa amazzi n'Omwoyo okulokolebwa. Naye, okufuna obulokozi obujjuvu, olina okutuukuzibwa okuva mu bibi n'omusaayi gwa Yesu ng'otambulira mu kitangaala.

Omutima gwo bwe gutatukuzibwa, obeera okyalina ebibi. N'olwekyo weetaaga omusaayi gwa Yesu Kristo okutukuzibwa ebibi ebiba bisigaddewo.

Ku kino, 1 Yokana 5:5-8 w'atugamba bwe wati:

Era awangula ensi ye ani, wabula akkiriza nga Yesu ye mwana wa Katonda, oyo ye yajja n'amazzi n'omusaayi Yesu kristo, si n'amazzi gali gokka, naye amazzi gali n'omusaayi guli. Era omwoyo yategeeza, kubanga Omwoyo ge mazima, kubanga abategeeza basatu, Omwoyo n'amazzi n'omusaayi era abasatu abo bagendera wamu.

Yesu Ajja Lw'amazzi na Musaayi.

Yokaana 1:1 wasoma nti *"Kigambo yali Katonda"* ne Yokaana 1:14, *"kigambo n'afuuka omubiri n'abeerako gye tuli."* Kwe kugamba, Yesu, Omwana wa Katonda yekka, era ekigambo kya Katonda ky'ennyini, yajja ku nsi mu mubiri okusonyiwa ebibi byaffe. N'olwaleero, Yeeyongera okutulongoosa n'ekigambo kya Katonda- Baibuli.

Naye, tosobola kutambulira mu Kigambo kya Katonda nga toyambiddwako Mwoyo Mutukuvu. Tosobola kweggyako bibi n'amaanyi go ggwe. Olina okuyambibwako Omwoyo Omutukuvu okuyita mu kusaba ennyo osobole okuggyawo okw'egomba kw'ekikula ekibi, okw'egomba kw'amaaso go, n'amalala ag'obulamu. Olwo lwokka lw'osobola okuggyawo ekizikiza eky'obulimba mu mutima gwo.

Okwengereza kw'ekyo, weetaaga okuyiwa kw'omusaayi okusobola okusonyiyibwa. Mu Abaebbulaniya 9:22 w'agamba *"Awatali kuyiwa musaayi tewabaawo kusonyiyibwa."* Weetaaga omusaayi gwa Yesu kubanga omusaayi gwe gwokka ogutaliiko bbala, wadde olufunyiro, gwe gukuwa ekisonyiwo.

Olina okukkiririza mu Yesu ey'ajja mu mazzi n'omusaayi, era ofune Omwoyo Omutukuvu ng'ekirabo okuva eri Katonda okufuna obulokozi, era nga mu kyo weetaaga bino ebisatu Omwoyo, amazzi n'omusaayi.

Bwe waba tewali kuyiwa musaayi. Tewaba kusonyiyibwa, era

oba okyali mu kibi. Teweetaaga kigambo kyokka – ge mazzi-okutukuzibwa, naye n'Omwoyo Omutukuvu okukuyamba okutambulira mu kigambo mu bujjuvu. Era ebisatu bino bigendera wamu.

N'olwekyo, tulina, nga tumaze okusonyiyibwa ebibi byaffe, nga tukkiriza Yesu Kristo, okw'eyongera okuzaalibwa amazzi n'Omwoyo okusobola okufuna obulokozi obutuukiridde, ng'o tegeera nti abasatu, omwoyo, amazzi, n'omusaayi byonna wamu bitulokola era n'ebitutwala mu ggulu.

Essuula 10

ENJIGIRIZA EY'OBULIMBA KYE KI?

- Baibuli nga bwe nyonyola ku njigiriza ey'obulimba
- Omwoyo ogw'Amazima n'Omwoyo ogw'Obulimba

OBUBAKA BW'OMUSALABA

Naye era ne wabaawo ne bannabbi b'obulimba mu ggwanga, era nga ne mu mmwe bwe waliba abayigiriza b'obulimba, abaliyingiza mu nkiso obukyamu obuzikiriza, era nga beegaana ne Mukama waabwe eyabagula, nga beereetera okuzikirira okwangu. Era bangi abaligoberera obukaba bwabwe; abalivumisa ekkubo ery'amazima. Era olwo kwegomba balibaviisaamu amagoba n'ebigambo eby'agunjibwa: omusango gw'abo okuva edda tegulwa n'okuzikirira kwabwe tekubongoota.

2 Peetero 2:1-3

Okukulaakulana kw'ebintu bwe kwagenda kw'eyongera, abantu baatandika okwegaana Katonda kubanga babeerawo ku magezi gaabwe n'okumanya. Ebibi bwe byagenda bisasaana, emitima gy'abantu gyagenda giddugala era abantu n'ebafuuka balyake. N'olwekyo abantu bangi balimbiddwa n'obulimba kubanga tebasobola kwawula wakati w'amazima n'agatali mazima. Era ne bakola n'ensobi ey'okusalira abalala emisango nga basinziira ku kumanya kwabwe kwe bayita okutuufu, n'enzikiriza zaabwe.

Mu Matayo 12:22-32, Yesu yawonya omusajja omuzibe ate nga tayogera eyaliko dayimooni. Naye, Abafalisaayo bwe baakiwulira, n'ebagamba, *"Oyo tagoba dayimooni, wabula ku bwa Beeruzebuli omukulu wa dayimooni."* Emirimu gya Katonda baagamba nti Dayimooni gye gigikola.

Yesu n'abagamba mu Matayo 12:31-32, *"Abantu balisonyiyibwa buli kibi n'ekyokuvvoola, naye okuvvoola Omwoyo tekulisonyiyika. Buli muntu alivvoola Omwana w'Omuntu alisonyiyibwa naye buli muntu alivvoola Omwoyo Omutukuvu talisonyiyibwa, newankubadde mu mirembe egya kaakano, newankubadde mu mirembe egigenda okujja."*

Abafalisaayo bo bakomekereza nti Yesu Bye yakola ku lw'amaanyi ga Katonda byali bikoleddwa dayimooni. Kuno kuba kuvvoola Mwoyo mutukuvu. Abafalisaayo bano, n'olwekyo, tebalisonyiyika. Bw'oyawula wakati w'amazima n'agatali mazima obulungi ng'okozesa Baibuli, tojja kugamba balala wadde ggwe okulimbibwa ag'atali mazima.

Ka twongere okwetegereza enjigiriza ey'obulimba nga tulaba Katonda kyagyogerako, engeri y'okwawula Emyoyo gya Katonda n'egyo emikyaamu, n'ebiwayi ebiyigiriza eby'obulimba by'osaana okwegendereza.

Baibuli nga bwe nyonyola ku njigiriza ey'obulimba

Ekitabo ekinyonyola amakulu g'ebigambo, ekiyitibwa The Oxford dictionary. kinyonyola "enjigiriza ey'obulimba" nti "Yenzikiriza oba endowooza ekontana n'ebintu ebikulu ebitambulizibwako eddini emu." Abantu abamu batwala ekyo kyokka kye bakkiririzaamu okuba nga kye kituufu, era n'ebatwala amaddiini amalala okuba ag'obulimba. Eky'okulabirako, omuntu akiririza mu ba bbudda, eby'o ebya Budda byokka by'ebituufu, era ekkubo etuufu, Eddiini endala ng'eyo eyatandikibwa omusajja omuccayina eyitibwa Confucianism tebagitwala nga ntuufu.

Paulo, Y'asalirwa omusango og'wokukulemberamu ekiwayi ekisomesa eby'obulimba

Ebikolwa 24:5 wasoma nti *"Kubanga twalaba omuntu ono*

nga mubi nnyo, ajeemesa Abayudaaya bonna abali mu nsi zino era ye mukulu w'ekitundu ky'Abanazaaleesi." Wano "ekitundu ky'Abanazaaleesi" kitegeeza "ekiwayi ekisomesa eby'obulimba" era nga gwe mulundi ogusooka "ensomesa ey'obulimba" ey'ogerwako mu Baibuli.

Abayudaaya baleeta emisango gy'ebagudde ku Paulo eri gavana kubanga baalowooza nti enjiri Paulo gye yali abuulira yali ya bulimba. Paulo yeegaana emisango egyo era n'ayatula okukkiriza kwe nga bwe kiwandiikiddwa mu Ebikolwa 24:13-16.

So tebayinza kukakasa w'oli ebigambo bye banvunaana kaakano. Naye kino nkyatula w'oli nti ekkubo nga bwe liri lye bayita enzikiriza, bwe ntyo bwe mpeereza Katonda wa bajjajjaffe nga nzikiriza byonna ebyawandiikibwa mu mateeka ne mu bya bannabbinga nnina essuubi eri Katonda, era nabo bennyini lye basuubira, nti walibaawo okuzuukira kw'abatuukirivu era n'abatali batuukirivu. Era nnyiikira mu kigambo ekyo okubeeranga n'omwoyo ogutalina musango eri Katonda n'eri abantu ennaku zonna.

Naye nga ddala omutume Paulo bye yabuuliranga byali by'abulimba?

Olina okunoonya engeri Baibuli gye nyonyolamu enjigiriza ey'obulimba, kubanga Baibuli kye Kigambo kya Katonda nga Ye yekka ow'amazima asobola okwawula wakati w'amazima n'obulimba. Ekigambo ekirina amakulu g'enjigiriza ey'obulimba kirabikako mu Baibuli emirundi etaano. Naye ng'enjigiriza ey'obulimba enyonyolwako omulundi gumu:

> *Naye era ne wabaawo ne bannabbi b'obulimba mu ggwanga era nga ne mu mmwe bwe waliba abayigiriza b'obulimba, abaliyingiza mu nkiso obukyamu obukyamu obuzikiriza, era nga beegaana ne Mukama waabwe eyabagula, nga beereetera okuzikirira okwangu (2 Peetero 2:1).*

"Mukama omukulu ey'abagula" baba bategeeza Yesu Kristo. Omuntu mu kusooka yali wa Katonda era ng'atambula nga Bwayagala. Oluvanyuma lw'okujeema kwe, Adamu yafuuka omwonoonyi ng'era wa Setaani. Naye Katonda yakwatirwa abantu ekisa abaali bakutte ekkubo ery'okufa. Katonda yatuma Yesu, Omwana We omu yekka, ng'ekiweebwaayo eky'emirembe era n'amuganya okukomererwa Asobole okuggulawo ekkubo ery'obulokozi okuyita mu musaayi Gwe.

Katonda yatukolera ffe, abaali aba Setaani tusobole okusonyiyibwa ebibi byaffe singa tukiriza Yesu Kristo, era tufuna n'obulamu era ne tuddamu okufuuka aba Katonda. Eno y'ensonga lwaki tugamba nti Yesu yatugula olw'okukomelerwa Kwe, era Baibuli ekugamba nti Yesu Ye "Mukama asukulumye ey'abagula."

Ab'enzikiriza ez'obulimba beegaana Yesu Kristo

Kati omanyi nti "enjigiriza ey'obulimba" kitegeeza "abo ab'egaana Mukama Omukulu ey'abagula –nga beleetako okuzikirira okw'amangu." Ebigambo ebyo byali tebyogerwangako okutuusa Yesu lwe yamaliriza omulimu Gwe ng'Omulokozi. Erinnya "Yesu" liteegeza" (Oyo ali) lokola abantu Be mu bibi byabwe." "Kristo" Litegeeza "Oyo afukiddwako amafuta." Yesu y'afuuka omulokozi ng'amaze okukola omulimu Gwe-okukomererwa n'okuzuukira.

Eyo y'ensonga lwaki ebigambo bino toyinza kubisanga mu ndagaano enkadde oba mu njiri ya Matayo, Mako, Lukka ne Yokaana ez'ogera ku bulamu bwa Yesu. N'abafalisaayo, abasomesa b'amateeka ne bakabona abayigganya Yesu tebakoseza ku bigambo ebyo. Wadde ne bakobona abakulu tebabikozesaako.

Olwo lwokka nga Yesu amaze okuzuukira n'atuukiriza omulimu Gwe nga Kristo, "Abantu abeegaana Mukama omukulu ey'abagula" lw'ebyatandika okulabika. Era okuva olwo, Baibuli n'etandika okutulabula ku njigiriza zino ez'obulimba.

N'olwekyo, abantu bwe baba nga bakkiririza mu Yesu Kristo nga "Mukama Omukulu ey'abagula," baba tebayigiriza bya bulimba. Ekyo bwe bakyegaana, olwo babeera bali mu njigiriza ez'obulimba.

Omutume Paulo teyeegaana Yesu Kristo eyali y'amugula n'Omusaayi gwe ogw'Omuwendo. Okujjako Paulo yeebazanga bwebaza Yesu gwe yabuuliranga buli gye yalaganga, Kyokka Paulo y'ayigganyizibwanga era yalina okusasula omuwendo omunene. Emirundi ataano, Paulo ng'akubibwa Abayudaaya emboko. Y'akubibwa amayinja. Yasibibwa mu makomera, Yayigganyizibwa abamawanga amalala n'abensi ye, era n'aliibwamu enkwe abo be yali y'esiga. Wadde ebyo byonna byabaawo, Paulo yafuuka omusajja ow'amaanyi ennyo, olw'okuwangula okubonabona okwo n'essanyu wamu n'okwebaza era n'agulumiza Katonda ng'awonya abalwadde bangi mu linnya lya Yesu Kristo okutuuka olunaku lwe yaffa ng'omujjulizi.

Paulo y'abuulira enjiri N'amaanyi ga Katonda.

Olina okukimanya nti amaanyi ga Katonda tegayinza kw'eraga eri abo ab'egaana Katonda Omutonzi ne Yesu Kristo nga naye yennyini Katonda kubanga Baibuli eyogera bulungi nti *"Katonda yayogera omulundi gumu, Mpulidde bwe ntyo emirundi ebiri; nga Katonda ye nannyini buyinza"* (Zabbuli 62:11).

Tolina kuvumirira muntu alaga amaanyi ga Katonda kubanga amaanyi ago ge gakakasa nti Katonda ali wamu naye nti era omuntu oyo ayagala nnyo Katonda. Mu Abaggalatiya 1:6-8, Paulo, ey'ayitibwa omukulembeze w'ekitundu ky'abanazareesi, alabula n'amaanyi obutagoberera oba okubuulira enjiri ey'enjawulo kw'eyo ey'obubaka bw'omusalaba:

> *Nneewuunya kubanga musenguka mangu bwe muti eyabayita mu kisa kya Kristo okugenda eri enjiri efaanana obulala; si ndala wabula abantu ababateganya, abaagala okukyusizza ddala enjiri ya Kristo. Naye oba nga ffe oba malayika ava mu ggulu bw'abuuliranga enjiri wabula nga bwe twabuulira akolimirwenga!*

N'ennaku zino, abantu abamu batwalibwanga ababuulira enjiri ey'obulimba, newankubadde nga tebeegaana Yesu Kristo naye nga babuulira njiri ya Kristo yokka, era ne babuulira ne Katonda Omulamu, nga boolesa n'okukola n'amaanyi Ge.

Temumala gavumirira balala nti babuulizi ba bulimba

Nange mbonyebonye era n'empita mu kugezesebwa kungi ng'abanvumirira nti mbuulira enjiri ey'obulimba. N'alaga amaanyi ga Katonda era n'ekanisa yange n'ekula n'eggejja. Kubanga ekanisa kati eri mu bantu abasoba mu mitwalo omunaana okuva lwe yatandikibwaawo mu 1982.

Nnali mbonyebonye n'endwadde nyingi okumala emyaka musanvu era n'emponyezebwa amaanyi ga Katonda omulundi gumu. Bw'entyo n'engezaako okubeerawo nga ngulumiza Katonda oba mu kulya oba ku nywa nga Paulo omutume bwe yakola. N'ateeka obulamu bwange mu mikono gya Katonda n'embwolekeza eri "Yesu Yekka, era Yesu bulijjo."

Okuva mu kiseera nga nkyali muntu w'abulijjo, n'agezaako okuwa obujjulizi nti Katonda yali amponyezza obulwadde n'okubuulira enjiri. Ng'amaze okuyitibwa ng'omuweereza wa Katonda, n'abuulira obubaka bw'omusalaba era n'embuulira ne ku Katonda Omulamu ne Yesu Omulokozi. Era n'aweera nga Katonda obujjulizi wadde nga mpitiddwa ku mbaga kubanga nali njagala nnyo okuleeta abantu bangi mu kkubo ery'obulokozi.

Nakizuula nti ekigambo kya Katonda eky'amaanyi

n'obukakafu nti Katonda Mulamu byali byetagisa okuba obujulizi bwa Mukama eri nsi zonna. Bw'entyo ne nsaba nnyo, nga bajjajja ffe ab'okukkiriza bwe baakolanga, okusobola okufuna amaanyi ga Katonda era ne mpita ebigezo byonna n'okwebaza wamu n'okusanyuka.

Ebiseera ebimu wabangawo ebigezo eby'okufa. Naye, nga Yesu bwe yafuna ekitiibwa eky'okuzuukira ng'amaze okuttibwa obw'emage, Katonda y'ayongera ku maanyi gange okusinziira ng'okwagala Kwe bwe kwali buli lwe nnawangulanga ebigezo kimu ku kimu.

Era eky'avaamu, buli kiseera n'abuuliranga lwaki Katonda ye Katonda ow'amazima yekka, era lwaki olokolebwa buli lw'okkiririza mu Yesu Kristo mu nsi yonna—mu Kenya, Uganda, Honduras, Japan, n'ensi esingamu abasiraamu eya Pakistani n'ensi ejjudemu ab'enzikiriza y'ekihindu—Buyindi okuva mu mwaka gwa 2000, enkumi n'enkumi z'abantu beenenya, abazibe baalaba, bakasiru baayogera, bakiggala baawulira, n'enwadde ezitawona nga mukenya ne kokolo owa buli kika z'awona. Eby'amagero bino byaweesa nnyo Katonda ekitiibwa.

N'olwekyo, oyo ategeera obulungi enjigiriza ey'obulimba ky'etegeeza. Tamala gavumirira balala nti bayigiriza by'abulimba. Mu bikolwa 5:33-42, osoma ku musajja Gamalyeri, omuyigiriza w'amateeka, eyali asibwamu ekitiibwa abantu bonna. Yakola atya?

Mu biseera ebyo, abafaalisaayo aba abafuzi baagaana Peetero ne Yokaana okwogera ku Yesu Kristo, naye olw'okuba baali bajjudde Omwoyo Omutukuvu, tebawuliriza kiragiro kya lukiiko. Bwe batyo abafalisaayo abafuzi kwe kwagala okubatta. Naye, Gamalyeri n'ayimirira wakati w'olukiiko n'asaba abasajja abo bafulumizibweko katono. Era kwe kubagamba nti:

> Abasajja abaisiraeri, mwekuume eby'abantu bano kye mugenda okubakola……. Ne kaakano mbagamba nti mwebalame abantu bano mubaleke kubanga okuteesa kuno n'omulimu guno oba nga bivudde mu bantu, birizikirira; naye oba nga bya Katonda temuyinza kubizikiriza; muleme okulabika ng'abalwana ne Katonda (Ebikolwa 5:35-39).

Bw'oba osoma ekitundu kino, okizuula nti eky'amagero bwe kiba tekiva wa Katonda, oba nga kya Katonda, kijja kugaana gye binaaggwera, wadde n'abantu n'ebwebanaaba tebalina kye bakoze kukiremesa, kyokka nga n'ebwebagezaako okulemesa oba okutataaganya ebyo ebiva ewa Katonda baba tebasobola kulemesa mirimu egyo egiva ewa Katonda. Era amaanyi gaabwe g'aba tegawukana kw'ago agalwanisa Katonda era baba bajja kubonerezebwa era basalirwe n'omusango.

Ebiseera ebimu abantu bavumirira abalala nti b'abulimba olw'okuba baawukana mu ngeri gye bavvunulamu Baibuli, okw'olesebwa okuva eri Omwoyo Omutukuvu, n'abamu okuba nga boogera mu nnimi, wadde nga bonna bakkiririza mu busatu bwa Katonda ne mu Yesu Kristo nti yajja mu mubiri.

Abantu abamu batuuka n'okugamba nti tebeetaaga kwogera mu nnimi oba okw'olesebwa, nti era emirimu gino egy'Omwoyo Omutukuvu mikyamu kubanga tewali by'awandiikibwa by'ogera ku Yesu nti y'ayogera mu nnimi oba nti y'afuna okw'olesebwa. Naye Baibuli egamba nti bino biba birungi gye tuli:

> *Naye buli muntu aweebwa okulagibwa kw'Omwoyo Omutukuvu olw'okugasa, Kubanga omulala Omwoyo amuweesa ekigambo eky'amagezi, n'omulala n'aweebwa ekigambo eky'okutegeeranga, ku bw'Omwoyo oyo, omulala okukkiriza, ku bw'Omwoyo oyo, n'omulala ebirabo eby'okuwonyanga, ku bw'Omwoyo omu, n'omulala okukolanga eby'amagero, n'omulala okubuuliranga, n'omulala okwawulanga emyoyo, omulala engeri z'ennimi, n'omulala okuvvuunuzanga ennimi, naye ebyo byonna Omwoyo oyo omu yabikola ng'agabira buli muntu kinnoomu nga ye bwayagala (1 Abakkolinso 12:7-11).*

Na bwekityo, tolina kwogera ku muntu oba okuvumirira abalala abalina ebirabo by'Omwoyo Omutukuvu eby'anjawulo nti bannabbi b'abulimba olw'okuba gwe tobirina.

Omwoyo ogw'Amazima n'Omwoyo ogw'Obulimba

Mu 2 Peetero 2:1-3, woogera ku njigiriza ey'obulimba. Baibuli ekulabula ku bannabbi ab'obulimba n'abayigiriza abayingiza mu nkiso enjigiriza ezizikiriza *"Era bangi abaligoberera obubaka bwabwe abalivumisa ekkubo ery'amazima. Era olw'okwegomba bali baviisaamu amagoba n'ebigambo eby'agunjibwa. Omusango gw'abo okuva edda tegulwa n'okuzikirira kwabwe tekubongoota"* (2 Peetero 2:2-3).

Ne mu 1 Yokaana 4:1-3 w'agmba, *"Abaagalwa, temukkirizanga buli mwoyo, naye mekemenga emyoyo, oba nga ddala gyava eri Katonda: kubanga bannabbi ab'obulimba bangi abafuluma mu nsi. Era n'abajjukiza nti, Mutegeerenga ku kino Omwoyo gwa Katonda buli mwoyo ogwatula nga Yesu Kristo yajja mu mubiri nga guvudde eri Katonda, na buli mwoyo ogutayatula Yesu nga teguvudde eri Katonda, era ogwo gwe mwoyo gw'obulabe wa Kristo!"*

Mukemenga emyoyo oba nga ddala gyava eri Katonda.

Waliyo emyoyo emirungi egiva eri Katonda egikuleeta mu bulokozi era waliyo n'emyoyo emibi egikutwaliriza mu kuzikirira.

Kuludda olumu, oyo aweereddwa Omwoyo wa Katonda akkiriza nti Yesu Kristo yajja mu nsi mu mubiri. Akkiririza mu busatu bwa Katonda-Katonda, Yesu Kristo, n'Omwoyo, n'olwekyo assibwako envumbo ng'omwana wa Katonda. asobole okutegeera amazima era n'atambulira mu mazima ng'ayambibwako Omwoyo.

Ku ludda olulala, oyo alina omwoyo gw'obulabe wa Kristo awakanya Yesu Kristo wamu n'Ekigambo kya Katonda era n'awakanya obununuzi Bwe. Olina okuba omwegendereza era ng'osobola okwawula abalabe ba Kristo, kubanga abatakkiririza mu Kristo batera kubeera era n'okukolera mu bakkiriza nga bakozesa bubi ekigambo kya Katonda. Mu mbeera yonna, okwegaana Yesu Kristo tekulina njawulo n'akulwana na Katonda ey'amutuma ku nsi.

Baibuli erabula ku balabe ba Kristo mu 2 Yokaana 1:7-8

> *Kubanga abalimbalimba bangi abafuluma mu nsi, abatayatula Yesu Kristo ng'ajja mu mubiri. Oyo ye mulimbalimba oli era omulabe oli owa Kristo. Mwekuumenga muleme okubulwa emirimu gye twakola, naye muweebwe empeera ennamba.*

Mu 1 Yokaana 2:19 we wali okulabula okulala gye tuli.

> *Baava mu ffe, naye tebaali b'ewaffe, kubanga singa baali b'ewaffe bandibadde wamu naffe. Naye baatuvaamu era balabisibwa bonna nga si b'ewaffe.*

Waliwo ebika bya balabe ba Kristo bibiri: Omuntu alimu omwoyo omulabe gwa Kristo n'omuntu alimbibwa omwoyo omulabe wa Kristo. Bombi bagezaako okulimba abantu buli Mwoyo Mutukuvu wabeera. Bawamba abantu okuwakanya ekigambo kya Katonda era ne babalimbalimba okuyita mu birowoozo byabwe. Abantu ng'ebirowoozo byabwe bifugibwa omwoyo omulabe wa Kristo bayitibwa nti "balina emizimu"

Singa omuweereza afuna omwoyo omulabe wa Kristo, abantu

mu kanisa b'ongera kugenda mu kkubo ery'okuzikirira nga baawambibwa omwoyo omulabe wa Kristo.

N'olwekyo, olina okumanya obulungi Omwoyo ow'Amazima n'Omwoyo w'obulimba okusobola obutalimbibwa mwoyo omulabe wa Kristo naye otambulire mu mazima n'ekitangaala.

Engeri y'okwawulamu Emyoyo.

1 Yokaana 4:5-6 wasoma, "*abo ba nsi kyebava boogera eby'ensi n'ebawulira. Ffe tuli ba Katonda: ategeera Katonda atuwulira ffe; atali wa Katonda tatuwulira. Ku ekyo kwe tutegeerera omwoyo ogw'amazima n'omwoyo ogw'obulimba.*"

Ekigambo "obulimba" "Kyogera ku kigambo ekitali kituufu" omwoyo ow'obulimba ye mwoyo ow'ensi akulimba n'okkiririza mu bitali bituufu, nga gy'oli bye bituufu. Gukusendasenda okuva ku bikulu mu kukkiriza, okugeza oyo ava eri Katonda awuliriza Ekigambo eky'amazima, naye oyo ow'ensi awuliriza ebyo ensi by'egamba ebitali mazima. N'olwekyo kyangu nnyo okugitegeera. Giba gy'eraga lwattu gyoli oba nga kitangaala, oba kizikiza bwoba ng'amanyi ekituufu. Olwo obeera osobola okwogera nti "Omuntu ono w'amazima naye oli wa kizikiza."

Okugeza, singa omuntu akugamba ku sande, "Tugendeko tweweemu olw'eggulo. Katugende mu kusaba okw'okumakya kwokka ekyo, tekimala?" oba singa agezaako okwonoona obwakabaka bwa Katonda ng'akola obutego bwa setaani kyokka ng'era aky'agamba nti akkiririza mu Katonda, ezo z'enkola z'emwoyo ogy'obulimba.

Osobola okutegeera ebintu bingi, Katonda bya kuweera obwerere bw'ofuna Omwoyo ow'amazima ava eri Katonda (1 Abakkolinso 2:12). Yensonga lwaki Omwoyo Omutukuvu abeera mu ffe-abaana ba Katonda ab'omuwendo. Ye Mwoyo ow'Amazima era akulung'amya eri amazima gonna. Tayogera ku bubwe; Ayogeera ebyo byokka Byawulira, era ajja ku kugamba ebyo ebinaatera okujja.

N'olwekyo, Yesu agamba mu Yokaana 14:17 nti, *"Omwoyo ow'amazima ensi gw'eteyinza kukkiriza kubanga temulaba, so temutegeera mmwe mumutegeere, kubanga abeera gye muli era anaabanga mu mmwe."* Yokaana 15:26 n'awo watujjukiza ku Mwoyo Omutukuvu *"Naye omubeezi bw'alijja gwe ndibatumira ava eri Kitange, Omwoyo ow'amazima, ava eri Katange, oyo alitegeeza ebyange."*

Era n'emu 1 Abakkolinso 2:10 wasoma nti *"Omwoyo anoonya byonna era n'ebitategeerekeka ebya Katonda."* Nga bwe kyawandiikibwa nti Omwoyo Omutukuvu Ye yekka amanyidde ddala byonna n'okutegeera endowooza ya Katonda.

Na bw'ekityo, abo abafuna Omwoyo ow'amazima bawuliriza Ekigambo eky'amazima era n'ebakigondera. Obwakabaka bwa Katonda n'obutuukirivu gye bikoma okugaziyizibwa, gye bakoma okusanyuka. Bajjudde obulamu, nga bayayaanira obwakabaka obw'omuggulu.

Kyokka nga abamu bagenda bugenzi mu Kanisa nga tebalina ssanyu kubanga tebalina kukkiriza okusibuka ewa Katonda. Bakyali ba nsi era basinga kwagala bintu byansi nga sente n'e binyumu. N'olwekyo, tebasobola kutambulira mu mazima, oba okuyayaanira obwakabaka obw'eggulu, oba okwagala Katonda n'omutima gwabwe gwonna. Ekitegeeza nti, abantu bano bava ku Katonda ku bw'omwoyo ogutali gw'amazima kubanga ba nsi era tebalina mwoyo w'amazima. Era, singa omuntu ayogerera bubi oba akola olugambo ku b'oluganda mu kukkiriza oba n'abatabula tabula olw'obuggya olw'okuba beesigwa eri obwakabaka bwa Katonda n'obutuukirivu Bwe, oyo si wa Mwoyo ow'amzima.

Waleme okubaawo omuntu yenna abakyamya

1 Yokaana 3-7 watukubiriza wati: *"Abaana abato, omuntu yenna tabakyamyanga."* Tolina kuva ku Kigambo kya Katonda oleme okukyamizibwa amagezi agatali g'amazima kubanga tewali kintu kyonna, okujjako ekigambo kya Katonda kye kisoboola okukusomesa. Okujjako ng'okoze ekyo, lw'onoofuna okulokolebwa okujjuvu, n'okukulaakulana mu nsi eno, era n'eweyagalira mu bulamu obutaggwaawo mu bwakabaka obw'eggulu.

Naye, Setaani akola buli kisoboka okuziyiza abaana ba Katonda okutambulira mu Kigambo, era nafuba okulaba nti wekiriranya n'ensi, ove ku Katonda, Omubusebuuse, era omuwakanye. Mu 1 Peetero 5:8 wagamba, *"Mutamiirukukenga mutunulenga, omulabe wammwe setaani atambulatambula ng'empologoma ewuluguma ng'anoonya gw'anaalya."*

Olwo, Omulabe Setaani alimbalimba atya abaana ba Katonda? Kino oyinza okukigeragerenya n'omukazi akemebwa omusajja. Omukazi bwe yeetwala nga wabuvunaanyizibwa era wa kitiibwa, era ne yeeyisa bulungi, abasajja tebayinza kumwetantala ku mukema. Kyokka ng'abasajja banguyirwa nnyo okukema oyo omukazi amala geyisa nga bwalaba.

Mu ngeri y'emu, omulabe Setaani ajja kutuukirira oyo atali munyweevu mu mazima era ng'abusabuusa Katonda. Setaani akema abantu bano okukyuka okuva ku Katonda era ku nkomerero n'abatwala eri okufa. Kaawa naye y'akemebwa Setaani kubanga yasangibwa si mu nyweevu ng'akyusakyusa ekigambo kya Katonda.

Ky'amazima, oyinza okusisinkana ebigezo newankubadede nga tolina kikyamu kyonna. Kino kibaawo lw'akuba Katonda ayagala ku kuwa mukisa, nga bw'olaba ekigezo kya Danyeri eky'okusuulibwa mu kinnya ky'empologoma oba ekigezo kya Ibrayimu eky'okuwaayo omwana we nga ssaddaaka enjokye.

Bw'ofuna okugezesebwa oba ebizibu kubanga tonyweredde ku mazima, olina okukyuka amangu ddala okuva mu bibi byo nga weenenya, n'ogyawo ebikemo byonna n'ebigezo n'ekigambo kya Katonda, era gezaako nga bwosobola okuyimirira ng'onywedde lu lwazi olw'amazima.

Yimirira Ng'onyweredde mu Mazima; Tolimbibwalimbibwa

Mu 1 Timoseewo 4:1-2, omuwandiisi awandiika nti, *"Naye Omwoyo ayogera lwatu nti mu nnaku ez'oluvannyuma, wali baawo abaliva mu kukkiriza, nga bawulira emyoyo egikyamya n'okuyigiriza kwa basetaani, olwo bannanfuusi bw'abalimba, nga bookebwa emyoyo gyabwe nga n'ekyuma ekyokya."*

Kino kyogeera ku biseera eby'oluvanyuma abantu abamu

abagamba nti balina okukkiriza mwe balikyuukira okuva mu kukkiriza kwabwe nga bagoberera emyoyo emirimba n'ebintu ebiyigirizibwa emizimu.

Abo abalimbiddwa baba bannanfuusi newankubadde nga bye bakola biringa by'abo abeesigwa era abatuukirivu. Basaba mu maaso g'abalala, era n'ebagezaako okuba abesigwa olw'essente, so si olw'okusiima ekisa kya Katonda. Era Oluvanyuma, baabuulira okukkiriza kwabwe era n'ebagenda eri ekkubo ery'okufa kubanga omutima gwabwe gw'okeddwa n'ekyuma ekyokya n'obulimba, n'okubeera awatali mazima, n'okwetaba mu binyumu by'ensi.

Katonda akulabulira ddala okuyita mu Baibuli obutalimbibwa. Yesu atulabula mu Matayo 7:15-16 nti: *"Mwekuume bannabbbi ab'obulimba, abajjira mu byambalo by'endiga gye muli, naye munda gy'emisege egisikula. Muli bategeerera ku bibala byabwe. Abantu banoga batya ezabbibu ku busaana, oba ettiini ku mwennyango?"*

Ebigambo n'ebikolwa by'omuntu biraga ebirowoozo bye n'okwagala kwe. Kwe kugamba, osobola okutegeera abantu okusinzira ku bibala byabwe. Omuntu bwaba n'ekibala eky'obubi ng'obukyayi, ettima, n'obugya mu kifo kye kibala eky'amazima, obulungi, n'obutuukirivu, oyo aba nnabbi wa bulimba.

Bannabbi b'obulimba bangi, n'abo abalabe ba Kristo, bajja dda mu nsi. N'olwekyo, abaana ba Katonda beetaaga okuba nga bamanyi bulungi ku bikwatagana n'enjigiriza ez'obulimba era nga basobola okwawula wakati w'Omwoyo ow'Amazima n'omwoyo ow'obulimba.

Omulabe Setaani tasubwa Mukisa gwonna okulimbalimba abaana ba Katonda era n'okubafuula ab'onoonyi, buli lwe bakendeera mu mazima. Bw'oba ng'oli munyweevu mu mazima era ng'ogagondera, tojja kulimbibwa mwoyo gwa bulimba, naye ojja kuguwangula mangu wadde nga gukulumbye.

Tolina kukkiriza oba okugondera enjigiriza endala yonna oba okulimbibwa enjigiriza zino. Wabula, gondere Ekigambo kya Katonda era ogoberere okwagala kw'Omwoyo Omutukuvu olwo olyoke obeere muvumu era atalina kyakunenyezebwa nga Yesu Kristo akomyewo omulundi ogw'okubiri.

Yesu atugamba nti *"Omuntu omulungi ebirungi abiggya mu tterekero lye eddungi, n'omuntu omubi ebibi abiggya mu tterekero lye ebbi. Era mbagamba nti buli kigambo ekitaliimu abantu kye boogera, balikiwoleza ku lunaku olw'omusango kubanga ebigambo byo bye birikuweesa obutuukirivu, n'ebigambo byo bye birikusinza omusango"* (Matayo 12:35-37).

Omuntu omulungi alina omutima omulungi era tasobola kuleeta bulabe n'okulumya abantu abalala, ekikolwa n'ebwaba akiganyulwamu oba nedda. Naye, omuntu omubi tasobola kusanyukira mu mazima. Aleetawo buli kika kya bubi okwesittaza abalala olw'ettima lye n'obugya. Wadde byayogera biwulikikanga ng'ebituufu era eby'ensonga, toyinza kugamba nti muntu mulungi bwaba nga agenderera okwogera obubi ku balala oba okukyawaganya omuntu omu n'omulala.

N'olwekyo, olina okusaba buli kiseera, era obeera ng'otunulatunula oleme okulimbibwa. Olina okuba ng'osobola okwawulawo wakati w'Emyoyo egy'amazima n'egyo egy'obulimba era oyimirire mu kukkiriza mu busatu: Kitaffe, Omwana, n'Omwoyo ng'okkiririza mu Baibuli yonna n'okugigondera.

"Jangu, Mukama Yesu!"

Ebifa ku Muwandiisi:
Dr. Jaerock Lee

Dr. Jaerock Lee Yazaalibwa Muan, ekisangibwa mu ssaza lye Jeonnam, mu Nsi ye Korea, mu mwaka gwa 1943. Ng'ali mu myaka amakumi abiri, Dr. Lee yabonaabona n'endwadde nnyingi ez'olukonvuba okumala emyaka musanvu era ng'alinda bulinzi kufa awatali ssuubi lya kuwona. Wabula lumu mu biseera eby'omusana mu mwaka gwa 1974, yatwalibwa mwannyina mu kanisa era bwe yafukamira wansi okusaba, amangu ago Katonda Omulamu n'amuwonya endwadde ze zonna.

Okuva Dr. Lee bwe yasisinkana Katonda Omulamu okuyita mu ngeri ennungi bw'etyo, ayagadde Katonda n'omutima gwe gwonna era n'amazima, era mu mwaka gwa 1978 yayitibwa okuba omuweereza wa Katonda. Yasaba n'amaanyi ge gonna asobole okutegeera obulungi okwagala kwa Katonda, alyoke akutuukirize mu bujjuvu era agondere Ebigambo bya Katonda byonna. Mu 1982, yatandika ekanisa eyitibwa Manmin Central Church esangibwa mu kibuga Seoul, eky'omu nsi ye Korea, era eby'amagero bya Katonda ebitabalika, omuli okuwonya okw'ebyamagero bizze bibeerawo mu kanisa ye.

Mu 1986, Dr. Lee yatikkirwa ku mukolo Annual Assembly of Jesus ogwali mu Sungkyul Church of Korea, n'afuuka omusumba era oluvanyuma lw'emyaka ena mu mwaka gwa 1990, obubaka bwe bwatandika okuzanyibwa ku butambi mu nsi ya Australia, Russia, Philippines, n'ensi endala nnyingi ku mikutu nga Far East Broadcasting Company, Asia Broadcast Station, ne Washington Christian Radio System.

Nga wayise emyaka essatu mu 1993, Manmin Central Church yalondebwa okuba "emu ku kanisa 50 ezikulembedde mu nsi yonna" nga bino byafulumizibwa aba Christian World magazine (ng'efulumira mu Amerika) era n'afuna ekitiibwa ky'obwa Dokita mu By'eddiini okuva mu ttendekero eriyitibwa Christian Faith College, eky'omu kibuga Florida, ekisangibwa mu Amerika, era mu 1996 yaweebwa eky'obwa ssabakenkufu mu ttendekero lye Kingsway Theological Seminary, eky'omu kibuga Iowa, mu Amerika.

Okuva omwaka gwa 1993, Dr. Lee akulembeddemu okutambuza enjiri mu nsi yonna okuyita mu kuluseedi ennyingi z'akubye emitala w'amayanja nga kuluseedi eyali e Tanzania, Argentina, L.A., Baltimore City, Hawaii, ne New York City eky'omu Amerika, Uganda, Japan, Pakistan, Kenya, Philippines, Honduras, India, Russia, Germany, Peru, Democratic Republic of the Congo, Israel, ne Estonia. Mu 2002 empapula ez'amaanyi mu Korea z'amuyitanga "omusumba ow'ensi yonna" olw'emirimu gye mu nsi ez'enjawulo gye yakubanga Kuluseedi ennene ennyo.

Mu mwezi gw'okuna omwaka gwa 2013, Manmin Central Church ebadde eweza ba memba abassuka mu 120,000. So nga erina amatabi g'ekanisa amalala 10,000 agali mu Korea n'emu nsi endala, era n'aba minsani 129 beebakasindikibwa mu nsi 23, omuli ne Amerika, Russia, Germany, Canada, Japan, China, France, India, Kenya, n'endala nnyingi.

Ekitabo kino w'ekifulumidde, Dr. Lee abadde awandiise ebitabo ebirala 84, omuli ebisinze okutunda nga *Okuloza ku Bulamu Obutaggwaawo nga si n'afa*, *Obulamu Bwange*, *Okukkiriza Kwanga I & II*, *Obubaka Bw'Omusalaba*, *Ekigera Okukkiriza*, *Eggulu I & II*, *Ggeyeena*, ne *Amaanyi ga Katonda*. Ebitabo bye bikyusiddwa okudda mu nnimi ezisuka mu 75.

Waliwo obubaka bwe obuwandiikibwa mu miko gye mpapula z'amawulire ng'olwa *The Hankook Ilbo, The JoongAng Daily, The Dong-A Ilbo, The Chosun Ilbo, The Munhwa Ilbo, The Seoul Shinmun, The Kyunghyang Shinmun, The Korea Economic Daily, The Korea Herald, The Shisa News*, ne *The Christian Press*.

Dr. Lee kati akola ng'omukulembeze w'ebitongole by'obu misani bingi saako ebibiina: nga ye Sentebe wa, The United Holiness Church of Jesus Christ; Ye Pulezidenti wa, Manmin World Mission; Permanent President, The World Christianity Revival Mission Association; Ye yatandika era ali ku bboodi ya, Global Christian Network (GCN); Mutandisi era ye Ssentebe wa Bboodi ya, World Christian Doctors Network (WCDN); era ye yatandika era ye sentebe wa Bboodi ya, Manmin International Seminary (MIS).

Ebitabo ebirala Eby'amaanyi eby'omuwandiisi y'omu

Eggulu I & II

Ekifaananyi ekiraga ekifo ekirungi ennyo abatuuze b'omu ggulu mwe babeera n'ennyinyonyola ennungi ey'emitendera egy'enjawulo egy'obwakabaka obw'omu ggulu

Obulamu Bwange, Okukkiriza Kwange I & II

Evvumbe ery'omwoyo erisingayo obulungi erigiddwa mu bulamu obwameruka n'okwagala kwa Katonda okutatuukika, wakati mu mayengo g'ekizikiza, n'enjegere ezinyogoga saako obulumi obutagambika

Okuloza ku Bulamu Obutaggwaawo nga si n'afa

Obujjulizi bwa Dr. Jaerock Lee, eyazaalibwa omulundi ogw'okubiri era n'alokolebwa okuva mu kiwonvu eky'ekisiikirize eky'okufa era abadde atambulira mu bulamu bw'ekikristaayo obw'okulabirako

Ekigera Okukkiriza

Kifo kya kika ki eky'okubeeramu, engule n'empeera ebikutegekeddwa mu ggulu? Ekitabo kino kikuwa amagezi n'okukulung'amya okusobola okupima okukkiriza kwo osobole okuluubirira okukkiriza okusingayo obukulu.

Ggeyeena

Obubaka obw'amazima eri abantu bonna okuva eri Katonda, oyo atayagala wadde omwoyo ogumu okugwa mu bunnya bwa ggeyeena! Mujja kuzuula ebyo ebitayogerwangako ku bukambwa ate nga bwa ddala obuli mu magombe aga wansi aga geyeena.

www.urimbooks.com

www.ingramcontent.com/pod-product-compliance
Lightning Source LLC
LaVergne TN
LVHW010311070526
838199LV00065B/5520